1984

சீக்கியர் கலவரம்

ஜெ. ராம்கி

ஜெ. ராம்கி என்னும் புனைப்பெயரில் எழுதிவரும் ஜெ. ராமகிருஷ்ணன், சென்னையில் பன்னாட்டு தொலைத் தொடர்புத்துறை நிறுவனத்தில் மென்பொருள் நிபுணராகப் பணிபுரிகிறார். ஜெயலலிதா, கருணாநிதி, ரஜினிகாந்த் உள்ளிட்ட தமிழகத்தின் முக்கியமான ஆளுமைகள் குறித்து இவர் எழுதியுள்ள புத்தகங்கள் பெரிய அளவில் கவனத்தைப் பெற்றிருக்கின்றன. நரசிம்ம ராவ், ஐரோம் ஷர்மிளா, ஜெயப்பிரகாஷ் நாராயண் குறித்த புத்தகங் களையும் தமிழில் மொழிபெயர்த்திருக்கிறார். அச்சு ஊடகங்களிலும் இணையத்திலும் அரசியல், வரலாறு குறித்து தொடர்ந்து எழுதிவருகிறார்.

1984

சீக்கியர் கலவரம்

ஜெ. ராம்கி

கிழக்கு

1984 : சீக்கியர் கலவரம்
1984 : Seekiyar Kalavaram
J. Ramki ©

First Edition: November 2017
144 Pages
Printed in India.

ISBN 978-93-86737-33-5
Kizhakku - 1047

Kizhakku Pathippagam
177/103, First Floor,
Ambal's Building, Lloyds Road,
Royapettah, Chennai 600 014.
Ph: +91-44-4200-9603

Email : support@nhm.in
Website : www.nhm.in

Author's Email: ramkij@gmail.com

Kizhakku Pathippagam is an imprint of New Horizon Media Private Limited.

நினைவில் வாழும் அப்பாவுக்கு

உள்ளே

1

நடந்தது என்ன?

நவம்பர் 1, 1984 காலை 11 மணி. டெல்லியின் சுல்தான்புரி. இரண்டு நாட்களாக கதவை இறுக்கமாக மூடியபடி வீட்டுக்குள் முடங்கியிருந்தது அந்த சர்தார்ஜி குடும்பம். ஷீட்டல் சிங் கோலே மார்கெட்டில் சொந்தமாகக் கடை வைத்திருந்தார். அவரது ஒரே செல்ல மகளுக்கு மறுவாரம் டெல்லியில் திருமணம் நிச்சயிக்கப் பட்டிருந்தது. ஊரிலிருந்து உறவினர்களெல்லாம் வந்திருந்தார்கள். மணப்பெண் மைனா கௌர் புத்தம் புது உடையில் கண்ணாடி முன் நின்று கொண்டிருந்தார். இளஞ்சிவப்பு நிற எம்பிராய்டரி பார்டரில் பஞ்சாபி ஸ்டைல் லெஹெங்கா புடவை அவரது நிறத்துக்கு படு பொருத்தமாக இருந்தது. அவரது கைகளில் இடப்பட்டிருந்த மெஹந்தி இன்னும் காய்ந்திருக்கவில்லை. முகத்தில்தான் ஏகப்பட்ட மிரட்சி!

வேறொரு சந்தர்ப்பமாக இருந்திருந்தால் வீடே களை கட்டியிருக்கும். பாங்கரா, கித்தா நடனங்களோடும் சந்தோஷ கூச்சல்களோடும் கொண்டாட்டங்களுக்குக் குறை இருந்திருக்காது. பஞ்சாபிகளின் கல்யாண வீட்டில் கொண்டாட்டங்களைப் பற்றி சொல்லவா வேண்டும்? ஆனால், அன்று கவலை தோய்ந்த முகத்தோடு உறவினர்கள் வீட்டின் நடுஹாலில் உட்கார்ந்து பேசிக்கொண்டிருந் தார்கள். ஒரு சிலர் கருப்பு வெள்ளை டிவியில் நேரலை பார்த்துக் கொண்டிருந்தார்கள். தூர்தர்ஷன் தொலைக்காட்சி, தீன் மூர்த்தி இல்லத்தில் நடந்துகொண்டிருந்த அஞ்சலி நிகழ்வுகளை நேரலையாக ஒளிபரப்பிக் கொண்டிருந்தது. அங்கே மீளாத் தூக்கத்தில் இருந்தார் மறைந்த பாரதப்பிரதமர் இந்திரா காந்தி.

வெளிநாட்டு அதிபர்கள், கட்சிப் பிரமுகர்கள், திரையுலகினர், கிரிக்கெட் பிரபலங்கள் என விஐபிக்களின் கூட்டம் தொடர்ந்து வந்து கொண்டிருந்தது. நடுநடுவே காமிரா, சற்றே திரும்பி தீன் மூர்த்தி மாளிகை வாசலில் நின்று கொண்டு கோஷமிட்ட கூட்டத்தையும் காட்டியது. அழுக்கேறிய வெள்ளை நிற பைஜாமா அணிந்த காங்கிரஸ் கட்சித்தொண்டர்கள் கோபத்தால் சிவந்த முகங்களோடு கோஷமிட்டுக் கொண்டிருந்தார்கள். 'கூன் கா பத்லா கூன்' பழிக்குப் பழி, ரத்தத்திற்கு ரத்தம்!

ஷீட்டல் சிங் குடும்பத்தினர் உறைந்து போய் அமர்ந்திருந்தார்கள். பஞ்சாபில் கொண்டு வரப்பட்ட புளூ ஸ்டார் நடவடிக்கைக்குப் பின்னர், நான்கு மாதங்களாகவே சீக்கியர்கள் சற்று இறுக்கமாகவே உணர்ந்தார்கள். குருத்வாராக்களில் கூடும்போதும் மெல்லிய பதட்டமிருந்தது. சீக்கிய குடியிருப்புகள் நிறைந்த சுல்தான்புரியைத் தாண்டி வெளியே செல்லும்போது காவல்துறையினர் மட்டுமல்ல, பொதுமக்களும் சந்தேகக் கண்களோடு பார்ப்பதும், தலைப் பாகையும், உடைவாளும் இருந்தால் சற்று தள்ளி நிற்பதும் பெரும் சங்கடத்தைத் தந்தன. அமிர்தசரஸ் பொற்கோயிலில் நடந்ததைப் போலவே நாடெங்கிலும் உள்ள குருத்வாராக்களில் ராணுவ நடவடிக்கை வரப்போவதாகக் கசிந்த செய்திகளால் ஷீட்டல் சிங் போன்ற சீக்கியர்கள் கவலை அடைந்திருந்தார்கள். இந்நிலையில் தான் எதிர்பாராத அதிர்ச்சியாக வந்து சேர்ந்தது, இந்திராவின் படுகொலை.

மதியம் 12 மணி. டிவியில் காங்கிரஸ் பிரமுகரான வசந்த் சாத்தே பேசிக்கொண்டிருந்தார். இந்திய திருநாட்டிற்கு எதிர்பாராத இழப்பு ஏற்பட்டிருக்கிறது. இந்தியா, தனது மகளை இழந்து தவிக்கிறது. இந்தச் சோகமான நேரத்தில் அனைவரும் அமைதி காக்கவேண்டும். கட்சித் தொண்டர்கள் எல்லை மீறி, வன்முறையில் இறங்கிவிடாமல் அமைதி காக்கவேண்டும் என்று வேண்டுகோள் விடுத்தார். அதை டிவியில் பார்த்துக்கொண்டிருந்த ஷீட்டல்சிங்கின் உறவினர்களுக்கு அதிர்ச்சியாக இருந்தது. முந்தின நாள் மாலைதான் சுல்தான்புரி குருத்வாராவுக்குள் ஒரு ரவுடி கும்பலுடன் வந்து, உள்ளே சீக்கிய தீவிரவாதிகள் யாராவது இருக்கிறார்களா என்றெல்லாம் கேட்டு மிரட்டியிருந்தார்கள்.

சீக்கியர்கள் வசிக்கும் பகுதியில் அத்து மீறி உள்ளே நுழைந்து, கொலை - கொள்ளையில் ஈடுபட்ட அதே காங்கிரஸ் தலைவர்கள் டிவியில் தோன்றி, வன்முறையைக் கைவிடுவோம்; அமைதியை நிலைநாட்டுவோம் என்றெல்லாம் பேசினார்கள். அதை விட

அதிர்ச்சியான விஷயம், தீன் மூர்த்தி இல்லத்தில் அவ்வப்போது விண்ணை எட்டும்படி ஒலித்த சீக்கியர்களுக்கு எதிரான கோஷம். அதையும் தூர்தர்ஷன் டிவியில் நேரலையாக காட்டிக் கொண்டிருந் தார்கள். 'கூன் கா பத்லா கூன் சே லாயிங்கே' கூட்டத்தினர் முன் நின்றபடி சினிமா டயலாக் போல் இருமுறை சொல்லிக் கொண்டிருந்தார் புதிய பிரதமரின் நண்பரும், இந்திய சூப்பர் ஸ்டாருமான அமிதாப் பச்சன்!

அந்த நேரத்தில்தான் ஷீட்டல் சிங் வீட்டு கதவு தட்டப்பட்டது. ஜன்னல் வழியாக எட்டிப் பார்த்தபோது, ஐந்து பேர் கொண்ட ரவுடி கும்பல் பயங்கர ஆயுதங்களுடன் நின்று கொண்டிருந்தது. வெளியில் நடமாடினால் காங்கிரஸ் தொண்டர்களின் தாக்குதல்களை எதிர் கொள்ள வேண்டியிருக்கும் என்பதால் வீட்டுக்குள்ளேயே முடங்கியிருந்தார்கள். இப்போது வீட்டுக் கதவை தட்டி, உள்ளே நுழைந்து தாக்குதல் நடத்துமளவுக்கு நிலைமை மோசமாயிருந்தது. ஒவ்வொருவரின் கையிலும் விதவிதமான ஆயுதங்கள். கழி, கத்தி, கம்பு, அரிவாள், கெரசின் டீன், ஓடவும் முடியாது; ஒளியவும் முடியாது!

என்ன நடந்தாலும் சரி, கதவைத் திறக்கவே கூடாது என்பதில் ஷீட்டல் சிங் உறுதியாக இருந்தார். இரண்டு நாட்களாகவே சுல்தான்புரியில் கூச்சல்களும், பதட்டமான நிலையும் இருந்தது. சர்தார்ஜிகள் யாரும் வீட்டை விட்டு வெளியே வரவேண்டாம் என்று காவல்துறை ஒலிபெருக்கியில் எச்சரித்தபடியே இருந்தது. பத்திரமாக வீட்டுக்குள் பதுங்கி இருக்கும்படி குருத்வாராவிலிருந்தும் செய்தி வந்திருந்தது. சீக்கிய ஆண்களை வெளியே நடமாட வேண்டாம், வீட்டுக்குள்ளேயே இருங்கள் என்று பெண்கள் கேட்டுக் கொண்டார்கள். அந்நியர்கள் அத்துமீறி உள்ளே வந்தால், கூச்சலிட்டு, உதவிக்கு கூப்பிட முடியாத நிலைமை. காவல்துறையினரைக் காணோம். உதவிக்கு வர சுல்தான்புரியில் அப்போது யாருமே இல்லை என்பதுதான் நிஜம்.

கெரசின் டின், இரும்பு செயின், சோடாபாட்டில் ஏந்தி வந்தவர்களை எளிதாக அடையாளம் காண முடிந்தது. வந்திருந்தவர்களில் பெரும்பாலானவர்கள் சுல்தான்புரியில் நன்கு அறிமுகமானவர்கள். காங்கிரஸ் கட்சியின் பொறுப்புகளில் இருந்தவர்கள். பலமுறை வாக்கு கேட்டு அதே வீட்டிற்கு வந்திருக்கிறார்கள். ஒரு சிலரிடம் ஷீட்டல் சிங்குக்குத் தனிப்பட்ட அளவில் பழக்கமும் உண்டு. அடிக்கடி பார்த்துப் பழகிய முகங்கள்தான். சர்வ நிச்சயமாக வெளியாட்கள் அல்ல.

ஷீட்டல்சிங் குடும்பத்தினர் வசித்து வந்த அதே பகுதியில் இருந்த ஒரு பிரபலமான ஹோட்டலில் பணியாற்றியவர்களில் இருவரும் கூட்டத்தில் இருந்தார்கள். ஷீட்டல் சிங் வீட்டிற்கு தினமும் பால் கொண்டு வரும் பால்காரரும் அவரது தம்பியும்கூட இருந்தார்கள். இருவரது கையிலும் கெரசின் டின் இருந்தது. வீட்டிற்குள் புகுந்து, கொள்ளையடிப்பது என்னும் திட்டத்தோடு வந்திருந்தார்கள். கதவு உடைந்துவிழுமளவுக்கு தட்டினர்கள்.

என்னதான் தட்டினாலும் சரி, கதவே உடைந்தாலும் சரி. திறக்கக்கூடாது என்பதில் ஷீட்டல்சிங் உறுதியாக இருந்தார். வெளியே நின்றிருந்த கும்பலோ ஒரு கட்டத்தில் பொறுமை இழந்து, கூச்சலிட ஆரம்பித்தது. 'கதவை திறங்கடா, கொண்டை நாய்களா... உள்ளே வந்தா ஒரு பயலையும் உயிரோடு விட்டுட மாட்டோம்!'

வெற்றுக் கூச்சல் அல்ல அது. வெறியின் உச்சம். ஷீட்டல்சிங் குடும்பம் மிரண்டு போய் செய்வதறியாமல் நின்றது. அக்கம்பக்கத்தில் உதவிக்கு ஆட்கள் இல்லை. கண்ணுக்கு எட்டிய தூரம் வரை காவல்துறையும் இல்லை. கதவை திறக்காவிட்டால் வெறும் கூச்சலோடு ஓய்ந்து போய், அங்கிருந்து கிளம்பி விடுவார்கள் என்று தவறாக நினைத்துவிட்டார் ஷீட்டல் சிங். அவர்களோ ஒரு முடிவோடுதான் வந்திருந்தார்கள்.

காங்காராம், வாட்டசாட்டமான ஆள். சுல்தான்புரியில் டிவி ரிப்பேர் கடை வைத்திருந்தான். தன்னிடம் சிக்கும் பெண்களைக் கடத்திச் சென்று, கண்காணாத இடத்திற்குக் கொண்டு போய் விற்று, காசு சம்பாதிப்பதுதான் அவனது முக்கியமான தொழில். ஒட்டுமொத்த கும்பலுக்கும் அவனே தலைவன் போல் நடந்துகொண்டான். தன்னுடைய கையிலிருந்த இரும்புத் தடியால் கதவின் உள் தாழ்ப்பாள் இடத்தருகே பலமாகத் தட்டியதும் கதவு பிளந்து கொண்டது. வெறித்தனமான கூச்சலோடு உள்ளே நுழைந்தவர்களின் கையில் முதலில் சிக்கியது ஷீட்டல்சிங். பட்ட்ட்ட்!

அந்த கனமான இரும்பு ஆயுதம் தோளில் இறங்கியதும் நிலை குலைந்து கீழே சரிந்தார் ஷீட்டல்சிங். விழுந்தவரால் எழுந்து கொள்ளவே முடியவில்லை. உதவிக்கு ஓடி வந்த அவரது மூத்த மகன் அசோக் சிங்கிற்கும் அடி, உதை விழுந்தது. உடனிருந்த சகோதரர் களான இந்தர் சிங், தலிப் சிங் ஆகியோரும் தாக்குதலுக்கு ஆளானார்கள். பெண்களையும் தாக்கினார்கள். 'அடுத்த வாரம் மகளுக்கு திருணம் நடக்கப்போகிறது. அவரையாவது விட்டு

விடுங்கள் என்று கதறி, கையெடுத்து கும்பிட்டார் ஷீட்டல்சிங். அதையெல்லாம் கேட்கும் மனநிலையில் கூட்டத்தினர் இல்லை.

மைனா கௌர் மீது கும்பலின் குரூர பார்வை விழுந்தது. அவரைச் சுற்றி வளைத்தவர்கள், அணிந்திருந்த புத்தாடையை வெறிகொண்டு கத்தியால் கிழிக்க ஆரம்பித்தார்கள். அவரது தாய் பத்மி கௌர் பதறி, கூட்டத்தினரை தடுத்தார். அவரை தள்ளிவிட்டு, மைனா கௌர் மீது பாய்ந்தார்கள். இருவரையும் காப்பாற்ற, எழுந்து ஓடிவந்த அசோக் சிங்கிற்கு சராமரியாக அடி விழுந்தது.

அடிபட்டு ஈனஸ்வரத்தில் முனகியபடி எழுந்து நின்ற ஷீட்டல்சிங்கிற்கு மறுபடியும் அடி விழுந்தது. அவர் மீது கெரசினை கவிழ்த்து, பாஸ்பரஸ் பவுடரை வீடெங்கும் வீசினார்கள். குப்பென்று எழுந்த நெருப்பு, ஷீட்டல்சிங்கை கவ்விக்கொண்டது. கொழுந்து விட்டு எரிந்த தீயில் ஷீட்டல்சிங் உள்ளிட்ட 9 ஆண்களும் அங்கேயே கரிக்கட்டையானார்கள்.

வீட்டிலிருந்த பொருட்களையெல்லாம் கொள்ளையடித்த கும்பல், எல்லோரும் எரிந்து, கரிக்கட்டை ஆகும் வரை காத்திருந்து பின்னரே கிளம்பிப்போனது. அங்கிருந்து கிளம்பும்போது, ஆடைகள் கிழிக்கப் பட்டு அவமானத்தோடு நின்று கொண்டிருந்த மைனா கௌரின் கைகளைக் கட்டி இழுத்துச் சென்றார்கள். வர மறுத்து முரண்டு பிடித்ததில் அவரது கை உடைந்தது. கண்ணெதிரே கணவர், மகன் உள்ளிட்ட குடும்பத்தினர்களை எரித்துக் கொன்றதுடன், மகளையும் கடத்திச் சென்ற கும்பலை எதிர்த்து எதுவும் செய்ய முடியாமல் உறைந்து போய் நின்றிருந்தார் பத்மி கௌர்.

மூன்றுநாட்கள் கழித்து மைனா கௌர் மீட்கப்பட்டார். சுல்தான் புரியின் ஏ4 பிளாக் வாசல் வரை வந்த காவல்துறையின் வாகனம் அவரைப் பத்திரமாக இறக்கி, வீட்டிற்கு அனுப்பி வைத்தது. மைனா கௌர் உயிருடன் திரும்பி வந்தார், ஆனால் மனநிலை சரியில்லாதவராக இருந்தார்.

●

1984, அக்டோபர் *31* தொடங்கி நவம்பர் *2* வரையிலான அந்த மூன்று நாட்கள், டெல்லிவாசிகளால் மறக்கவே முடியாதவை. டெல்லியின் மொத்த மக்கள் தொகையில் *7* சதவீதம் பேர் சீக்கியர்கள். அவர்களில் *3000* பேர் கொல்லப்பட்டார்கள். *10,000* பேர் வீடுகளை இழந்து, குடும்பத்தினரை இழந்து டெல்லி மாநகரத்தின் தெருக்களில் முற்றிலும் கைவிடப்பட்ட அநாதைகளாக நின்றார்கள். எத்தனை

பேர் காணாமல் போனார்கள் என்பது இன்றுவரை புரியாத புதிராக இருக்கிறது. இப்படியொரு மாபெரும் துன்பியல் சம்பவம், உலகின் மிகப்பெரிய ஜனநாயக நாடான இந்தியாவில் அதன் தலைநகரமான டெல்லியிலேயே அரங்கேறியது.

பத்தாம் நூற்றாண்டு தொடங்கி, டெல்லி மாநகரம் பல்வேறு வன்கொடுமைகளையும், ஏராளமான உயிர்ப்பலிகளையும் சந்தித்திருக்கிறது. உச்சகட்ட வன்முறைக்கட்சிகள் கூட முன்னர் அரங்கேறியிருக்கின்றன. அதெல்லாம் மன்னராட்சி அல்லது அந்நியராட்சி அமலில் இருந்த வெவ்வேறு காலகட்டங்களில் நிகழ்த்தப்பட்டவை. பிரிட்டிஷார் ஆட்சியில்கூட டெல்லி பத்திரமாக இருந்தது. இந்தியா சுதந்தரமடைந்த பின்னர் டெல்லியில் நடைபெற்ற மிகப்பெரும் இனஅழிப்பு படுகொலை, இந்திராகாந்தி இறந்த பின்னர்தான் நிகழ்ந்தது. இந்திய ஜனநாயக வரலாற்றில் ஆறாத காயம் அது.

சீக்கியர்களுக்கு எதிராக இரவு, பகலாக அரங்கேற்றப்பட்ட வெறியாட்டம் அது. அப்படியொரு இருண்ட காலத்தை டெல்லி அதுவரை எதிர்கொண்டதில்லை. *30* ஆண்டுகளைக் கடந்திருக்கிறோம். நடந்த தாக்குதல் குறித்த முழுமையான விவரங்கள் நம்மிடம் இல்லை. ஏன் நடந்தது? எப்படி நடந்தது? என ஏராளமான கேள்விகள் ஏற்கெனவே பலமுறை கேட்கப்பட்டுவிட்டன. தெளிவான, உறுதியான பதில்கள் இதுவரை பெறப்படவேயில்லை. எத்தனை பேர், எங்கே தாக்கப்பட்டார்கள்? எத்தனை வீடுகள், கடைகள் கொளுத்தப்பட்டன? எத்தனை உயிர்கள் பறிக்கப்பட்டன? கேள்விகள் நிறைய. பதில் கிடைக்காமல் அனைத்தும் வரலாற்றோடு கரைந்து போய்விட்டன.

கலவரத்தைத் தூண்டியவர்கள் மீது வழக்குகள் தொடரப்பட்டன. பாதிக்கப்பட்டவர்கள் தெருவில் இறங்கி போராடினார்கள். *30* ஆண்டுகளில் ஏராளமான விசாரணைக் கமிஷன்கள் அமைக்கப்பட்டன. ஆனாலும், மூன்று நாட்களில் நிகழ்ந்தவை அனைத்தும் முழுதாக வெளிவரவில்லை. நீதி கேட்டு போராட்டங்கள் இன்னும் தொடர்ந்து கொண்டுதான் இருக்கின்றன. குற்றம் சாட்டப்பட்டவர்கள், தகுந்த சாட்சியம், ஆதாரங்கள் இல்லாததால் வழக்கிலிருந்து விடுவிக்கப்பட்டார்கள். மேல் முறையீடு மனுக்களைத் தாக்கல் செய்தார்கள். பின்னாளில் பல்வேறு பதவிகளைப் பெற்று அதிகார படிநிலையின் உச்சத்தை அடைந்தார்கள். நீதி தேவதையால் மௌன சாட்சியாக மட்டுமே இருக்கமுடிந்தது.

இரு பெரும் விசாரணை கமிஷன்களும் பத்துக்கும் மேற்பட்ட விசாரணை கமிட்டிகளும், நூற்றுக்கணக்கான கிரிமினல்

வழக்குகளும் நிலுவையில் இருந்தாலும், குற்றவாளிகள் இன்னும் நடமாடிக்கொண்டுதான் இருக்கிறார்கள். இழுத்தடிக்கப்பட்ட நீதி விசாரணைகளும், பல்டியடித்த பிறழ் சாட்சிகளும் இதுவொரு பெரிய அரசியல் சதித்திட்டம் என்பதை மட்டும் தெளிவாக்கின.

30 ஆண்டுகளில் அரசியல் மாற்றங்களும் இருக்கத்தான் செய்தன. இந்தியா சுதந்தரமடைந்த காலம் தொடங்கி, எழுபதுகளிலும் எண்பதுகளிலும் கலவர பூமியாக இருந்த பஞ்சாப் மாநிலத்தில் நிரந்தர அமைதிக்கான தொடக்கம், டெல்லி கலவரத்திற்குப் பின்னரே ஆரம்பமானது. பல்வேறு சமூகங்களைக் கொண்ட இந்திய மக்களின் மனங்களிலும் ஏராளமான மாற்றங்கள் விதைக்கப்பட்டன.

சிறுபான்மை சமூகமான சீக்கிய இனத்தைச் சேர்ந்தவரே பிரதமராக தொடர்ந்து பத்தாண்டுகள் நீடிக்கும் நிலையும் இருந்தது. பாகிஸ்தானின் லாகூரில் பிறந்தாலும், சுதந்தர இந்தியாவில் சண்டிகரில் படித்து வளர்ந்த டாக்டர் மன்மோகன் சிங், அதே டெல்லியில், அதே காங்கிரஸ் தலைமையிலான தேசிய முற்போக்கு கூட்டணி அரசை தலைமையேற்று நடத்தினார். 2005ல் நானாவதி கமிஷனின் அறிக்கைகளை வெளியிட்டு பேசும்போது, மன்மோகன் சிங் குறிப்பிட்டது இதுதான். ‘இந்திய அரசின் சார்பாகவும், ஒட்டு மொத்த இந்திய மக்களின் சார்பாகவும் 1984ல் சீக்கியர்களுக்கு எதிராக நடந்த தாக்குதல்களுக்கு மன்னிப்பு கேட்டுக்கொள்கிறேன். சீக்கிய சமூகத்தின் முன்னால் மட்டுமல்ல ஒட்டுமொத்த இந்திய சமூகத்தின் முன்னும் நாம் வெட்கத்தால் தலை குனிய வேண்டியிருக்கிறது. ஏராளமான விசாரணைகள் நடைபெற்றன. ஆனால், உண்மை இன்னும் உறங்கிக் கொண்டிருக்கிறது’ என்றார்.

உண்மை ஏன் இன்னும் உறங்கிக் கொண்டிருக்கிறது? இந்திரா காந்தி சுடப்பட்ட அன்று தொடங்கி அந்த மூன்று நாட்களும் நடந்தவை என்ன என்பதை நாம் விரிவாகத் தெரிந்துகொள்ள வேண்டியது அவசியமாகிறது.

●

ஆபரேஷேன் புளூ ஸ்டார் நடவடிக்கையிலிருந்து ஆரம்பிக்கலாம். பஞ்சாபின் அமிர்தசரஸ் நகரத்தில் உள்ள பொற்கோயிலை ஆயுதமேந்திய சீக்கிய தீவிரவாதிகளிடமிருந்து மீட்பதற்காக நிகழ்த்தப்பட்ட ஆபரேஷன் புளூ ஸ்டார், எண்பதுகளில் இந்திரா காந்தி அரசு மேற்கொண்ட முக்கியமான ராணுவ நடவடிக்கை. ஆபரேஷன் புளூ ஸ்டார், 3 ஜூன் 1984அன்று ஆரம்பிக்கப்பட்டு, ஜூன் 6 அன்று முடிவுக்கு வந்தது. ஜெனரல் குல்தீப் சிங்

தலைமையிலான இந்திய ராணுவம், பிந்தரன்வாலேயின் கட்டுப் பாட்டில் இருந்த பொற்கோயிலை மீட்க அதிரடியாக பொற் கோயிலின் ஹர்மந்திர் சாஹிப்பினுள் நுழைந்தது. பீரங்கிப்படை மற்றும் டாங்கிகள் உதவியோடு பொற்கோயிலில் இருந்த சீக்கியர்கள் தாக்கப்பட்டு, கொல்லப்பட்டார்கள். ஏராளமானவர்கள் கைது செய்யப்பட்டார்கள்.

புளூ ஸ்டார் நடவடிக்கை வெற்றியா, தோல்வியா என்கிற விவாதம் 30 ஆண்டுகளைக் கடந்தும் இன்னும் உயிர்ப்போடு இருக்கிறது. வெற்றி என்று இந்திராகாந்தி அரசு அவ்வப்போது வெளிப்படையாக சொல்லிக்கொண்டாலும் உள்ளுக்குள் குமைந்துதான் போயிருந் தார்கள். அரசியல் ரீதியாகவும், பொருளாதார ரீதியாகவும் ஏன் ராஜதந்திர ரீதியாகவும் இந்திரா காந்தியின் செல்வாக்குக்குக் கிடைத்த பெரும் பின்னடைவு அது என்பதில் சந்தேகமில்லை.

இந்திராவின் நெருங்கிய அரசியல் ஆலோசகர்கள் கூட, புளூ ஸ்டார் நடவடிக்கையைத் தவிர்த்திருக்கலாம் என்றார்கள். அதற்குள் நிலைமை கைமீறிவிட்டது. நடவடிக்கைக்குப் பின்னர் இந்திரா காந்தி மீது சீக்கியர்கள் கடுங்கோபத்தில் இருந்தார்கள். பஞ்சாப் மாநிலத்தில் மட்டுமல்ல, சீக்கியர்கள் எங்கெல்லாம் இருந்தார்களோ, அங்கெல்லாம் இந்திராவுக்கு எதிரான மனநிலையே இருந்தது.

பொற்கோயிலுக்குள் ராணுவம் நுழைந்ததுதான் சர்ச்சைக்குரியாக இருந்தது. சீக்கியர்களின் புனிதத் தலமான பொற்கோயிலுக்குள் ராணுவமும் பீரங்கிகளும் நுழைந்ததையும் அப்பாவிகளைத் தாக்கியதையும் சீக்கியர்கள் தங்களுடைய இனத்துக்கு நேர்ந்த அவமானமாகக் கருதினார்கள். இந்திரா காந்தி, ஏன் அப்படியொரு முடிவெடுத்தார்?

உண்மையில் இந்திராகாந்திக்கு வேறு வழி தெரியவில்லை. கட்சிக்குள் மட்டுமல்ல, வெளியேயும், அரசு நிர்வாகத்திலிருந்தும், எதிர்க்கட்சிகள் தரப்பிலிருந்தும் தீவிரவாதத்தின் மீது நடவடிக்கை எடுக்குமாறு தொடர்ந்து அழுத்தம் தரப்பட்டு வந்தது. தெற்காசியாவின் சிங்கமாக இருந்த இந்தியா, சீக்கியதீவிரவாதிகளை எதிர்கொள்ள முடியாத உள்நாட்டுப் பிரச்னைகளில் சிக்கித் தவிக்கிறது என்று வெளியான செய்திகளால் இந்திராவின் பிம்பத்திற்கு பெரிய சரிவு.

சீக்கிய தீவிரவாதிகளிடமிருந்து பொற்கோயிலைப் பத்திரமாக மீட்கவேண்டும் என்பதுதான் அனைவரது கோரிக்கையாகவும் இருந்தது. ராணுவ நடவடிக்கை வேண்டும் என்று யாரும்

முன்னிறுத்தவில்லை. பேச்சு வார்த்தை நடத்தலாம். சலுகைகள் தரப்படலாம் என்றுகூட யோசனைகள் சொல்லப்பட்டன. பாஜக மட்டும் சீக்கிய தீவிரவாதிகளுக்கு எதிராக கடுமையான ராணுவ நடவடிக்கை எடுக்கவேண்டும் என்று குரல் கொடுத்திருந்தது. அத்வானி, பாஜக கட்சி தந்த அழுத்தத்தினால் மட்டுமே இந்திராகாந்தி அப்படியொரு முடிவுக்கு வந்ததாகக் குறிப்பிட்டுள்ளார்.

எதிர்க்கட்சிகளை துச்சமென மதித்த இந்திரா காந்தி, பாஜகவின் குரலுக்குத் தலையசைத்திருக்க வாய்ப்பில்லை என்றாலும், ஒருவேளை ராணுவ நடவடிக்கை மேற்கொண்டால் பாஜகவிட மிருந்து எதிர்ப்பு வராது என்பதை அவரை உறுதிப்படுத்திக் கொண்டிருக்கக்கூடும். ஆனால், எதிர்பாராத இடங்களிலிருந் தெல்லாம் இந்திராவின் திட்டத்திற்கு எதிர்ப்புகள் இருந்தன.

1982 மே மாதம் மத்திய அரசு பல்வேறு சீக்கிய தீவிரவாதக் குழுக்களைத் தடை செய்த பின்னர், பொற்கோயில்தான் பலருக்குப் புகலிடமாக இருந்தது. 1983 ஏப்ரல் தொடங்கி ஜர்னயில் சிங் பிந்தரன்வாலே தலைமையிலான சீக்கிய தீவிரவாத அமைப்பு, பொற்கோயிலின் ஹர்மந்திர் சாஹிப் கட்டடத்தில் தங்கியிருந்தார்கள். சீக்கியர்களின் கனவான காலிஸ்தான் என்னும் தனிநாடு பெறுவதே அவரது லட்சியம். மாநிலத்திலும் மத்திய அரசிலும் ஏன் இந்திய ராணுவத்திலும் இருந்த சீக்கியர்களின் ஆதரவுகூட பிந்தரன் வாலேவுக்கு இருந்தது. வெளிப்படையாக ஆதரிக்காவிட்டாலும், எத்தகைய ஆதரவு வேண்டுமானாலும் தரத் தயாராக இருந்தார்கள்.

யார் அந்த பிந்தரன்வாலே? காலிஸ்தான் தனிநாடு கோரிக்கை எழுந்தது ஏன்? இந்தக் கேள்விகளுக்கு விடை தேடவேண்டுமானால் 1984 ஆண்டிலிருந்து குறைந்தபட்சம் 70 ஆண்டுகளாவது நாம் பின்னோக்கிச் செல்லவேண்டும்.

2

பஞ்சாப் : பிரிவினைக்கு முன்

இந்தியாவில் அல்ல கனடாவின் வான்கூவரில்தான் முதல் சீக்கிய அமைப்பு ஆரம்பிக்கப்பட்டது. 1907ல் கல்ஸா திவான் கமிட்டி என்னும் பெயரில் தொடங்கப்பட்ட புரட்சிகர இயக்கத்தின் முக்கியமான குறிக்கோள், பிரிட்டிஷாரிடமிருந்து இந்தியாவுக்கு சுதந்தரம் பெற்றுத் தருவதுதான். பின்னர் காதர் என்னும் பெயரில் உள்ளூர் பத்திரிக்கை ஒன்றைத் தொடங்கி, சீக்கியர்களுக்கான ஒருங்கிணைந்த அமைப்பாக உருவெடுத்தது. 1913ல் காலிஸ்தான் தனிநாடு அமைவதற்கான அடித்தளம் நிறுவப்பட்டது.

ஜாட்இனத்தைச் சேர்ந்த சீக்கியர்கள் அதில் பெரும்பங்கு வகித்தார்கள். ஒரு பக்கம் இஸ்லாமியர்களுக்கென ஒரு தனி நாடு உருவாகிக் கொண்டிருந்தது. இன்னொரு பக்கம், தாழ்த்தப்பட்ட சமூகத்தினருக்கான இரட்டை வாக்குரிமை உரிமைக்குரல்கள் கேட்டன. தெற்கே திராவிடநாட்டிற்கான ஆரம்ப கட்ட குரல்கள் ஒலிக்க ஆரம்பித்திருந்தன. இந்நிலையில் சீக்கிய இனமும் தங்களுக் கான உரிமைகளைப் பாதுகாக்க ஒருங்கிணைந்து நின்றார்கள். காலிஸ்தான் இயக்கம் இப்படித்தான் ஆரம்பமானது. மதம், அவர்களை ஒன்றுபடுத்தி, ஓரணியில் திரட்டியது.

சீக்கியம், இந்தியத் துணைக்கண்டத்தின் நான்காவது பெரிய மதம். உலக அளவில் ஐந்தாவது பெரிய மதம் என்கிறார்கள். இந்தியாவைப் பொருத்தவரை சீக்கிய மதத்தை இந்து, முஸ்லீம், கிறிஸ்தவ மதங்களோடுதான் நாம் ஒப்பிடவேண்டும். பழம்பெரும் மதங்களான பௌத்தமும்சமணமும் கூட சீக்கியத்திற்கு அடுத்த வரிசையில்தான்

இடம்பெற வேண்டியிருக்கும். சுதந்திர இந்தியாவில் சீக்கியம், நவீன காலகட்டத்தைச் சேர்ந்த மதம் என்னும் பரவலான கவனிப்பையும் பெற்றிருக்கிறது. இதற்கு முக்கிய காரணம், உலகெங்கும் பரவியிருக்கும் சீக்கிய குடும்பங்கள் என்று சொல்லலாம்.

இந்திய மக்கள் தொகையில் ஏறக்குறைய 1.7 சதவீத மக்கள், சீக்கியத்தைப் பின்பற்றுகிறார்கள். பல்வேறு தலைமுறைகளைக் கடந்தும், தங்களுக்கேயுரிய பண்பாடு, கலாசாரத்தைக் கட்டிக் காக்க, இனப்பற்றோடு மதப்பற்றும் இருக்கவேண்டியது அவசியம் என்றே நினைக்கிறார்கள். இந்தியாவில் பிற தேசிய இனங்களைவிட சீக்கியர்கள் மாறுபட்டு நிற்பது இந்தப் புள்ளியில்தான். சீக்கியர்களுக்கு மதப்பற்று என்பது இனப்பற்றைவிட சற்றே அதிகமானது.

சீக்கியர்களின் ஆதிகுடிகளாக மால்வா என்னும் இனக்குழுக்களைக் குறிப்பிடுகிறார்கள். மல்லவா என்னும் சமஸ்கிருத சொல்லில் இருந்து கிளைந்து எழுந்த சொல் இது. இந்தியாவின் மீது அலெக்ஸாண்டர் படையெடுத்தபோது அவரை எதிர்த்து நின்று, தோற்றுப்போன பூர்வகுடிகள் இவர்கள். பின்னாளில் சட்லெஜ் நதியின் தெற்குப் பகுதியில் குடியேறி, சட்லெஜ் நதிநீரைத் தேக்கி வைத்து, தங்களது விவசாயப் பணிகளுக்குப் பயன்படுத்தினார்கள். இதனால் வறண்டு கிடந்த பஞ்சாப் மாகாணம், வளம் செழிக்கும் பிரதேசமாக மாறியது.

மால்வா, சீக்கியர்களின் தாயகமாக கருதப்படுகிறது. தற்போதைய பஞ்சாப் மாநிலத்தின் 61 சதவீத பகுதிகள் மால்வா பிரதேசத்தைச் சேர்ந்தவை. சீக்கியர்களின் குருவான, குருநானக் இங்கிருந்துதான் தன்னுடைய புனிதப் பயணத்தைத் தொடங்கினார் என்று நம்பப்படுகிறது. அவரது பிறந்த ஊரான சாரைநங்காவும் மால்வா பகுதியில் உள்ளடக்கம். குருநானக் மட்டுமல்ல அவரது வழிவந்த சீக்கிய குருமார்கள் மால்வா பகுதியின் பல்வேறு இடங்களுக்குப் புனிதப் பயணம் செல்வதுண்டு.

மால்வா பகுதி மக்கள், மால்வை என்னும் பிராந்திய மொழியோடு பஞ்சாபியையும் பேசி வளர்ந்தவர்கள். இது தவிர போவாத் என்னும் வட்டார மொழியையும் பேசுவதுண்டு. சட்லெஜ் ஆற்றை ஒட்டிய பகுதிகளில் பல்வேறு குழுக்களாகப் பிரிந்து சிற்றரசுகளாக ஆண்டு கொண்டிருந்தார்கள். வடக்குப் பகுதியில் உள்ள 11 சீக்கிய சிற்றரசுகளை மஜ்ஜா என்றும், சட்லஜ் ஆற்றின் தெற்கு பகுதியை ஆண்டவர்கள் மால்வா என்றும் அழைத்தனர். மால்வா, பின்னாளில் முகாலயர்கள் ஆட்சியில் பஞ்சாப் மாகாணமானது.

சீக்கியர்களின் தாய் மதம், இந்து மதம்தான். முகலாயர்கள் காலம் தொடங்கி, பிரிட்டிஷார் காலம் வரை இந்துக்களோடு நெருக்கமான, இயல்பான உறவில் இருந்தார்கள். இஸ்லாம் போன்ற நவீன மதங்கள் கொண்டு வந்த புதிய நடைமுறைகளையும் சீக்கியர்கள் தங்களுடையதாக ஏற்றுக் கொண்டார்கள். இந்து மதத்தின் பழைய பாணியிலிருந்தும் அதன் சமூக ஏற்றத்தாழ்வு, மூட நம்பிக்கை, வேத சடங்குகள் போன்றவற்றிலிருந்து விலகி, ஒரு புதிய, நவீன மார்க்கமாக சீக்கியத்தைக் கட்டமைத்துக் கொண்டார்கள். அந்த வகையில் இந்துத் தன்மையும், இஸ்லாமியத் தன்மையும் இரண்டற கலந்த நவீனமாக சீக்கியம் இருக்கிறது.

சீக்கியர்கள், இந்தியா என்னும் தேசத்தோடு பின்னிப் பிணைந்திட காரணம், இந்து சமயத்தோடு அவர்களுக்கு இருந்த ஆழமான உறவுதான். கலாசார அடிப்படையில் இரு சமயங்களும் நெருக்க மானவை, இணக்கமானவை. இந்துக்கள், முஸ்லீம்கள் ஆகிய இரு பிரிவினருக்கும் வேறுபாடு இல்லை என்பது சீக்கியர்களின் குருவான குருநானக்கின் வாக்கு. குருநானக் போதித்தவையே சீக்கிய மதத்தின் அடிப்படைக் கூறுகளாக குருகிரந்த சாஹிப்பில் இடம்பெற்றுள்ளன. இரண்டு சமயங்களுக்கும் வேறுபாடில்லை என்று குருநானக் சொன்னதை எப்படி வேண்டுமானாலும் புரிந்துகொள்ளலாம். இரண்டும் ஒன்றுதான் என்று அவர் சொல்லியிருக்கலாம் அல்லது இரண்டுமே நம்பத் தகுந்தவை அல்ல, ஒதுக்கப்படவேண்டியவை என்றுகூடச் சொல்லியிருக்கலாம்.

குரு கோபிந்த சிங் காலத்திற்குப் பின்னர் மால்வா பகுதியிலிருந்த சீக்கிய இனத்தவருக்கு பாதுகாப்பு இல்லை. டெல்லியின் முகலாய கவர்னர்களும், ஆப்கானிஸ்தானிலிருந்து இந்தியாவுக்கு புலம் பெயர்ந்து வந்தவர்களும் சீக்கியர்களைத் தொடர்ந்து தாக்கினார்கள். வெளிநாட்டினரை எதிர்த்து நிற்க சீக்கியர்கள், ஆயுதமேந்த வேண்டிய சூழல் ஏற்பட்டது. மால்வாவின் அடர்ந்த காடுகளும், முகலாய அரசின் சீக்கிய இன ஒழிப்பு நடவடிக்கைகளும் சட்லெஜ் நதிக்கரையோரத்தை சீக்கியர்களின் சரணாலயமாக மாற்றிவிட்டது.

சீக்கியர்களில் பெரும்பாலானவர்கள் ஜாட் இனத்தைச் சேர்ந்தவர்கள். 18 ஆம் நூற்றாண்டில் முகலாயர்களுக்கு எதிரான வலுவான சக்தியாக இருந்தார்கள். அடிப்படையில் விவசாயிகளான ஜாட் சீக்கியர்கள், நெஞ்சுரம் கொண்டவர்கள். வீரத்தில் ராஜபுத்திரர்களுடனும் முகலாயர்களுடனும் ஒப்பிடத்தக்கவர்கள். சீக்கியர்களுக்கே உரிய நடைமுறைகள், பழக்க வழக்கங்கள் பின்னாளில் கால்ஸா

இயக்கத்திற்கான அடித்தளமாக அமைந்தன. சீக்கிய குருதர்பார், அவருக்கு ஆதரவாக ஆயுதமேந்திய குழுக்களும் உண்டு.

தலைமுடியை இழுத்துக் கட்டி அதன் மேல் முண்டாசு இட்டு, சவரம் செய்யாமல் தாடி வளர்ப்பவர்கள் கேசதார் கால்ஸா என்று அழைக்கப்பட்டார்கள். பெர்சிகள் முதல் ஆப்கானியர்கள் வரை இந்தியா மீது படையெடுத்து வருபவர்களை எதிர்க்கும் பணியில் ராஜபுத்திர படைகளோடு கால்ஸா படைகளும் இணைந்து செயல் பட்டன. பஞ்சாபில் வீட்டுக்கொருவர் கால்ஸா அமைப்பில் இருந்தார்கள்.

கடந்த 300 ஆண்டுகளில் சீக்கிய குருமார்களின் நடவடிக்கைகள் மதம் சார்ந்ததாக மட்டுமின்றி ஒட்டுமொத்த சமூகத்தின் செயல்பாடு களையும் தீர்மானிக்கும் அரசியல் அதிகார சக்தியாகவும் மாறியிருந்தது. 1708ல் குருகோபிந்த சிங் மறைவிற்குப் பின்னர் சீக்கியர்கள் பஞ்சாப் மகாணத்தை தாண்டி பல இடங்களுக்கு புலம் பெயர்ந்தார்கள். இதனால் கால்ஸா கலாசாரம், மற்ற இடங்களிலும் வேரூன்ற ஆரம்பித்தது. உலகெங்கும் சீக்கியர்கள் சென்ற இடமெல்லாம் குருத்வாராக்கள் ஆரம்பிக்கப்பட்டன. குருமார்கள் உருவானார்கள். பின்னாளில் இவர்களே குருநானக் ஆனார்கள்.

சீக்கியர்கள் என்னும் சிறுபான்மை சமூகத்தை வழி நடத்த குருமார்களின் தலைமை அவசியமாகிறது. அதற்காக ஆயுதமேந்தவும் தயாராக இருந்தார்கள். சீக்கியர்களுக்கென தனிப்படை உருவான பின்னணி இதுதான். பின்னாளில் தனிப்படையே சீக்கியர்களின் பெரும் அடையாளமானது. முகலாயர்களின் அன்புக்குரியவர்களாக சீக்கியர்கள் மாறினார்கள். சீக்கிய குருமார்களுடன் இணக்கமான உறவில் இருந்தார்கள். மஹாராஜா ரஞ்சித் சிங் (1780-1839) காலத்தில் கால்ஸா அமைப்பு பெரும் படையோடு எழுச்சி பெற்றிருந்தது. பசுவதை தடைச்சட்டம் முதல் முதலாக அமலுக்குக் கொண்டு வரப்பட்டது. கோஹினூர் வைரம், சீக்கியர்களால் பூரி ஜெகன்னாதருக்கு நன்கொடையாகத் தரப்பட்டது.

இந்துக்களுடன் நெருக்கமாக இருந்தாலும், சீக்கியர்கள் முஸ்லீம் களிடமிருந்து விலகியே இருந்தார்கள். முஸ்லீம் படைபெடுப்பின் போது அவர்கள் முதலில் தாக்கப்பட்டதும், அந்நியர்களால் கொடூர மான அளவில் நடத்தப்பட்டதும் அவர்களது கசப்புணர்வுக்குக் காரணமாக இருந்தது. மொகலாயர்களின் ஆட்சியில் இந்துக் களுக்கும் முஸ்லீம்களுக்கும் இடையே சரிவிகித அதிகாரப் பகிர்வு இருந்தது. சீக்கியர்களுக்கு இந்துக்களின் ஆதரவு இருந்தாலும்,

முஸ்லீம்களின் ஆதரவு இல்லாத காரணத்தால் சீக்கிய அரசுகள் பலவீனமடைந்து செல்வாக்கை இழந்தன.

1849ல் பஞ்சாப் மாகாணம், பிரிட்டிஷாரின் கைவசம் வந்தது. இந்துக்களுக்கும் சீக்கியர்களுக்கும் இடையே உள்ள வித்தியாசத்தை பிரிட்டிஷாரால் உணர்ந்து கொள்ள முடியவில்லை. கால்ஸா பந்த் கலாசாரம், சீக்கியர்களை இந்துக்களிடமிருந்து வித்தியாசப் படுத்தியது. தலைப்பாகை அணிந்து, முகச்சவரம் செய்யப்படாமல் இருந்தால் அது சீக்கியர், முகச்சவரம் செய்யப்பட்டிருந்தால் இந்து என்று புரிந்து கொண்டார்கள். சீக்கியர்களுக்கும் தங்களை தனித்து காட்டிக் கொள்ள வேண்டிய அவசியம் இருந்தது. அவர்கள் பிரிட்டிஷாரிடம் நெருக்கமாக இருந்தார்கள். சீக்கியர்களின் தீரமும், அர்ப்பணிப்பு உணர்வும் பிரிட்டிஷாரைக் கவர்ந்தது. ராணுவத்திற்கு ஆள் எடுத்தபோது, சீக்கியர்களுக்கு முன்னுரிமை தந்தார்கள். சீக்கியர்களும் ராணுவத்தில் சேர பெரிதும் ஆர்வம் காட்டினார்கள். ஏராளமான சலுகைகள் கிடைத்ததன் காரணமாக, இந்தியாவில் இருந்த பிரிட்டிஷ் படையில் சீக்கியர்கள் பெரிய அளவில் பங்கேற்றார்கள்.

1857 சிப்பாய் கலகத்திற்குப் பின்னர் பிரிட்டிஷார், சீக்கியர்களுக்கு இன்னும் பல சலுகைகளைத் தந்தார்கள். ஒரு சில சமூகப் பிரச்னை களில் இந்துக்களும் முஸ்லீம்களும் மோதிக்கொள்ளும்போது அவர்களைக் கையாள்வது, ராணுவம், அரசு உயர் பதவிகளில் உள்ள இந்தியர்களை ஒருங்கிணைப்பது ஆகியவை பிரிட்டிஷாருக்குப் பெரும் சவாலாக மாறிக்கொண்டிருந்தது. சீக்கியர்களின் உதவியோடு பிரிட்டிஷாரால் ஒரு நிலைத்தன்மையைக் கொண்டுவர முடிந்தது. இதற்குப் பதிலுதவியாக சீக்கியர்களுக்குக் கிடைத்த முக்கியமான சலுகை, இரட்டை வாக்குரிமை!

மற்ற சமூகத்தினரைவிட சீக்கியர்களுக்கு உயர்வான இடம் கிடைத்தது. பின்னாளில் முஸ்லீம் லீக் மற்றும் தலித் அமைப்புகள் இதே பாணியில் இரட்டை வாக்குரிமை பெறுவதையே நோக்கமாகக்கொண்டு செயல்பட்டன. இந்துக்களுக்கும் சீக்கியர் களுக்கும் நடுவே உரசல் வரவும் காரணமாக இருந்தது இரட்டை வாக்குரிமை. இரு சமூகத்தினருக்கும் இடையேயான மோதலை மோசமாக்கியது ஆரிய சமாஜத்தின் செயல்பாடுகள்.

1877ல் ஆரிய சமாஜத்தின் தயானந்த சரஸ்வதி சுவாமிகள் பஞ்சாப் மாகாணத்துக்கு விஜயம் மேற்கொண்டார். லாகூரில் ஆரிய சமாஜத்தின் பிரிவு தொடங்கப்பட்டது. இந்து சமயத்திலிருந்து பிரிந்து

சென்றவர்களை, குறிப்பாக சீக்கியர்களை மீண்டும் தாய் மதத்திற்குக் கொண்டு வரும் நடவடிக்கைகளில் ஆரிய சமாஜம் இறங்கியது. இது சீக்கியர்களை உரசிப்பார்த்தது. தயானந்த சரஸ்வதி சுவாமிகளும் சீக்கியர்களுக்கு எதிராக நிறைய இடங்களில் பேபசினார்.

ஆரிய சமாஜத்திற்குப் பதிலடியாக சீக்கிய சபாக்கள் ஆரம்பிக்கப் பட்டன. அமிர்தசரஸ் முதல் லாகூர் வரை ஏராளமான சபாக்கள் சீக்கியத்தைத் தீவிரமாக மக்கள் மத்தியில் கொண்டு சென்றன. ஆரிய சமாஜத்தை நேருக்கு நேராக எதிர்கொண்டதுடன், நாங்கள் இந்துக்கள் அல்ல என்பதை உரக்கச் சொன்னார்கள். இத்தகைய சீக்கிய சபாக்களை அடித்தளமாகக்கொண்டு ஆரம்பிக்கப்பட்டதுதான் அகாலிதளம் இயக்கம். அகாலிதளத்தின் வளர்ச்சிக்கு பிரிட்டிஷாரும் ஆதரவாக இருந்தார்கள். முதல் உலகப் போருக்கு பிந்தைய அரசியல் சூழல், பொருளாதார தேக்க நிலை ஆகியவையெல்லாம் சீக்கியர்களை அகாலி தளத்தோடு நெருங்க வைத்தது. விவசாயம் நொடித்தது. பஞ்சம், பசி, வேலையில்லாத் திண்டாட்டம், பலரை வெளிநாடுகளுக்கு புலம் பெயரச் செய்தது.

அரசியல் ரீதியாகவும் சீக்கியர்கள் தனி அணியாக இருந்தார்கள். காங்கிரஸ் கட்சியிலிருந்தும், முஸ்லீம் லீக் போன்ற இன்ன பிற கட்சிகளிலிருந்தும் விலகி நின்றார்கள். காலம் காலமாக இந்துக்களுக்கு சார்பான மனநிலையில் இருந்து வந்த சீக்கியர்களிடம் நிறைய மாறுதல்கள் தெரிந்தன. சமூக ரீதியாகவும் இந்து மற்றும் முஸ்லீம்களிடமிருந்து விலகிப் போனார்கள். பஞ்சாப் பிரிவினை, நிலைமையை இன்னும் மோசமாக்கியது.

பழைய பஞ்சாப் மாகாணத்தின் மேற்குப் பகுதியைச் சேர்ந்தவர்களில் நிறைய பேர் சொந்த வீடு, நிலபுலனோடு வசதியாக வாழ்ந்து வந்தவர்கள். பிரிவினையின் போது தங்களது சொத்துக்களை யெல்லாம் இழந்துவிட்டு, அகதிகளாய் இந்தியாவுக்கு வரவேண்டி யிருந்தது. அவர்கள் இருந்த இடங்களையெல்லாம் இந்தியா விலிருந்து வந்த நிலமில்லாத ஏழை முஸ்லீம்கள் ஆக்கிரமித்துக் கொண்டார்கள். 50 லட்சம் சீக்கியர் இருப்பிடங்களைத் துறந்து, இந்தியாவில் பஞ்சாப் மற்றும் டெல்லியை ஒட்டிய பகுதிகளில் குடியேறினார்கள்.

பஞ்சாபில் குடியறியவர்களுக்கு பஞ்சம், பரிசாக கிடைத்தது. அதற்கு காரணம், கிழக்கு பஞ்சாபில் இருந்தவையெல்லாம் தரிசு நிலங்கள். தரிசு நிலங்களைச் சீர்படுத்தி, விவசாய நிலங்களாக்கிட சீக்கியர் களுக்கு பல ஆண்டுகள் ஆனது. இந்திய சுதந்தரத்துக்குப் பின்னர்,

பிரிட்டிஷார் தந்துகொண்டிருந்த சலுகைகளும் நிறுத்தப்பட்டன. ராணுவம் மற்றும் சிவில் உயர் பதவிகளுக்குக் கிடைத்து வந்த முன்னுரிமைகளும் பறிபோயின. சுதந்திர இந்தியாவில், சீக்கியர்கள் நிஜமான போட்டியைச் சந்தித்தார்கள். இந்தியா என்னும் பல்வேறு இனங்கள் கொண்ட ஒரு ஜனத்திரளுக்குள் சீக்கியர்களின் தனித் தன்மை தொலைந்து போக ஆரம்பித்தது.

3

பஞ்சாப் : பிரிவினைக்குப் பின்

கம்பார்ட்மெண்ட்டின் கடைசிக் கோடியில் நெருக்கியடித்தபடி ஏராளமான சடலங்கள். காலியான ஜன்னல்களை நோக்கி முகம் முழுக்க பயத்துடன், வெறித்த பார்வையுடன் கிடந்தன. அந்த ஜன்னல்கள் வழியாகத்தான் தோட்டாக்களும் ஈட்டிகளும் வேல் கம்புகளும் சீறிப்பாய்ந்து வந்திருக்க வேண்டும். கழிவறைகளில் பல இளைஞர்களின் பிணங்கள் அடைந்து கிடந்தன. அங்கே போனால் தப்பித்துவிடலாம் என்று நினைத்து முண்டியடித்து சென்று, தள்ளு முள்ளு காரணமாகவும் உயிரிழந்திருக்கிறார்கள்.

அழுகிக் கொண்டிருக்கும் சதை, மலம், மூத்திரம் எல்லாவற்றின் வாடையும் சேர்ந்து வயிற்றைப் புரட்டியது. அதை நினைத்துக் கொண்டபோதே ஹுகம் சந்த்தின் நெஞ்சை தாண்டி வாய் வரை வாந்தி வந்துவிட்டது. அன்றைக்கு அவர் பார்த்த காட்சிகளிலேயே மறக்க முடியாதது, வயதான விவசாயி ஒருவரின் முகம்தான். அவர் நீளமான வெள்ளைத் தாடி வைத்திருந்தார்.

முகத்தைப் பார்த்தால் இறந்துபோன மாதிரியே தெரியவில்லை. மேலே சாமான்கள் வைக்கும் பலகையின் நடுவே உட்கார்ந்திருந்தார். ஏதோ சிந்தனை வயப்பட்டவராகக் கீழே நடக்கும் நிகழ்ச்சிகளைப் உன்னிப்பாக கவனித்துக்கொண்டிருப்பர் போலத்தான் காணப் பட்டார். அவருடைய காதிலிருந்து ஒரு மெல்லிய சிவப்புக்கோடு போல் ரத்தம் வெளியே வழிந்து தாடி வரை வந்து உறைந்து போயிருந்தது....

குஷ்வந்த் சிங்கின் பாகிஸ்தான் போகும் ரயில் இந்தியப் பிரிவினை பற்றி எழுதப்பட்ட படைப்புகளில் முக்கியமானது. பிரிவினையின் போது பஞ்சாபில் ஒரு கிராமம் மட்டும் அமைதியாக இருக்கிறது. அதன் அமைதியைக் குலைக்கும்படியாக பாகிஸ்தானிலிருந்து இந்தியாவுக்கு வரும் ஒரு ரயில். அதில் ஏராளமான இந்து, சீக்கியப் பிணங்கள். பழிக்குப் பழியா? பாகிஸ்தானுக்குப் புலம் பெயரும் முஸ்லிம்கள் பயணிக்கும் ரயிலுக்கு என்ன ஆகப் போகிறது என்பதுதான் கதை.

1956ல் குஷ்வந்த் சிங் எழுதிய கதை, 1984ல் டெல்லியில் மீண்டும் மீள் உருவாக்கம் செய்யப்பட்டது. இந்திரா காந்தி படுகொலைக்குப் பின்னர் பஞ்சாபில் இருந்த ரயிலில் இப்படியொரு காட்சி இருந்ததாக வதந்தி கிளப்பப்பட்டது. டெல்லி ரயில்வே பிளாட்பாரத்தில் நிஜமாகவே சீக்கியர்களின் சடலங்களும் கவனிப்பாரன்றி கிடந்தன. 1984ல் நடந்தவற்றையும் நேரில் பார்த்தும், கேட்டும் குஷ்வந்த சிங் எழுதவேண்டியிருந்தது.

பஞ்சாப் பிரிவினைக்குப் பின்னரே சீக்கிய இனத்தவர்கள் தாங்கள் தனிமைப்படுத்தப்பட்டுவிட்டதாக நினைத்தார்கள். சீக்கியர்களுக்கு வலுவான அரசியல் தலைமை இல்லையென்பது அவர்களது பெரிய குறையாக இருந்தது. குருத்வாராக்கள் இருந்தன. ஏராளமான மதகுருமார்களும் இருந்தார்கள். ஆனால், இன ரீதியாகவும், அரசியல் ரீதியாகவும் ஒருங்கிணைக்கவும், வழிநடத்தவும் செல்வாக்கு பெற்ற தலைவர்கள் இல்லை. இதன் கரணமாக குருத்வாரா கமிட்டிகள் பெரிய அளவில் மக்களிடையே காலூன்ற ஆரம்பித்தன. கிறிஸ்தவர் களின் மறை மாவட்டம் போல், பஞ்சாபின் ஒவ்வொரு மாவட்டத் திலும் ஆரம்பிக்கப்பட்ட குருத்வாரா கமிட்டிகள் சீக்கியர்களின் மனநிலையைப் பிரதிபலித்தன. அவர்களது எண்ண ஓட்டங்களை அரசியல் ரீதியாக ஒருங்கிணைக்கவும், ஒரே குரலாக வெளிப் படுத்தவும் ஏராளமான அரசியல் அமைப்புகள் ஆரம்பமாகின. அவை, முன்வைத்த மந்திரச் சொல்தான், காலிஸ்தான்.

முஸ்லீம்களுக்கு பாகிஸ்தான் கிடைத்தது. முஸ்லீம் அல்லாதவர் களுக்கு இந்தியா கிடைத்தது. இந்தியாவில் பல தரப்பட்ட இனங்கள் இருந்தாலும், இந்தியா என்பது இந்துஸ்தான், அது இந்துக்களுக்கு தரப்பட்டதாகவே சீக்கியர்கள் நினைத்தார்கள். இத்தனை காலம் பிரிட்டிஷாருடன் நெருக்கமாக இருந்தும், தாங்கள் கைவிடப் பட்டதாக நினைத்தார்கள். சுதந்திரமடைந்து பத்தாண்டுகள் கழித்து இன்னொரு ஏமாற்றமும் அவர்களுக்குக் காத்திருந்தது. 1956ல் இந்தியா முழுவதும் மொழி வாரி மாநிலங்கள் பிரிக்கப்பட்டன.

தேசிய அளவில் 14 மொழிகள் அங்கீகரிக்கப்பட்டு அதன் அடிப்படையில் மொழிவாரி மாநிலங்கள் உருவாக்கப்பட்டன. ஆனால், பஞ்சாப் மாகாணத்தில் மட்டும் எந்த மாற்றமுமில்லை.

தனி நாடென்ன, தனி மாநிலம் கூட கிடைக்கவில்லையே என்கிற வருத்தம் சீக்கியர்களுக்கு இருந்தது. காலிஸ்தான் கோஷம் மீண்டும் தலையெடுத்தது. தங்களது இனம், மதம், மொழிகளை உயர்த்திப் பிடிக்க ஆரம்பித்தார்கள். அதில் சில சிக்கல்களும் இருந்தன. பஞ்சாப் மாநிலத்தில் வசித்த பெரும்பாலான சீக்கியர்களுக்கு, பஞ்சாபி தாய்மொழியாக இருந்தது. சீக்கிய சுபாக்களில் பஞ்சாபி மட்டுமே பேசவேண்டும் என்று குருமார்கள் கட்டளையிட்டார்கள். பேச்சு மொழியாக இருந்த பஞ்சாபியை குர்முகி என்னும் எழுத்து வடிவத்தில் மாற்றியமைத்து, பிரபலமாக்கியதில் குருமார்களின் பங்கு முக்கியமானது. குருநானக்கின் போதனைகள் அனைத்தும் பஞ்சாபி மொழியில் குர்முகி வடிவத்தில்தான் எழுதப்பட்டுள்ளன. ஆகவே, பஞ்சாபி என்பது ஒரு சீக்கிய மொழி என்றுதான் பரவலாக அங்கீகரிக்கப்பட்டிருந்தது.

பஞ்சாபில் வசித்து வந்த இந்துக்களுக்கு இதுவொரு ஏமாற்றமாக இருந்தது. பஞ்சாபில் இந்துக்கள் சிறுபான்மையினராக இருந்தார்கள். பஞ்சாபி, சீக்கியர்களுக்கான மொழி என்பதில் அவர்களுக்கு உடன்பாடில்லை. பஞ்சாபி இந்துக்கள், பஞ்சாபி பேசினாலும் அவர்களது எழுத்து வடிவம் நகரியாக இருந்தது. பஞ்சாபி முஸ்லீம்களும் அவர்களுக்கேரிய ஷாமுகி எழுத்து வடிவத்தைப் பின்பற்றினார்கள். பேச்சு மொழி ஒன்றாக இருந்தாலும், எழுத்து வடிவம் வெவ்வேறாக இருந்த காரணத்தால் தொடர்பு மொழியாக பஞ்சாபியை நடைமுறைக்குக் கொண்டுவருவதில் ஏராளமான சிக்கல்கள் இருந்தன. எழுத்து வடிவத்தில் கூட ஒத்த கருத்து இல்லாதவர்களால் எப்படி ஒரே மாநிலம் சாத்தியப்படும்? பஞ்சாபி, சீக்கியர்களுக்கான மொழி என்று தொடர் பிரசாரம் நடந்தபோது, இந்துக்கள் தங்களது தாய்மொழியாக இந்தியை முன்னிறுத்தி னார்கள். மொழிக்கும் இனத்திற்கும் இடையேயான பிரச்னை, பஞ்சாபி பேசும் மாநிலம் உருவாவதைத் தடுத்துவிட்டது.

பஞ்சாபி பேசுபவர்களுக்காக பஞ்சாபை உருவாக்க முடியாமைக்கு இன்னொரு காரணமும் இருந்தது. உருவாகும் புதிய மாநிலத்தில் சீக்கியர்கள் பெரும்பான்மையானவர்களாக இருப்பார்கள். இந்துக் களும், முஸ்லீம்களும் சிறுபான்மையினராகிவிடுவார்கள். ஆகவே, நாடு இன்னொரு காஷ்மிரைத் தாங்கிக் கொள்ளமுடியாது என்பது டெல்லியின் எண்ணம். பஞ்சாப் மாநிலம் உருவாவதை முடிந்தவரை

ஒத்திப் போடலாம் என்று முடிவு செய்யப்பட்டது. பல ஆண்டு களாகத் தொடர்ந்த டெல்லியின் மௌனம், தனி மாநிலம் கேட்ட சீக்கியர்களின் பொறுமையைச் சோதித்தது. கோரிக்கைக்கு இந்துக்கள் தடையாக இருக்கிறார்கள் என்று சீக்கியர்கள் நினைக்க ஆரம்பித்தார்கள். சீக்கியர்களுக்கும் இந்தக்களுக்கும் இடையே கசப்புணர்வு மெல்ல படர ஆரம்பித்தது. இது பஞ்சாபைத் தாண்டி நாடு முழுவதும் பரவ ஆரம்பித்தது.

1965. இந்திய-பாகிஸ்தான் போர் உச்சத்தில் இருந்த நேரம். கட்ச் வளைகுடா வழியாக உள்ளே நுழைந்து, டெல்லி வரை முன்னேற பாகிஸ்தான் எடுத்த முயற்சி வெற்றிகரமாக முறியடிக்கப்பட்டது. வடக்கில் காஷ்மிர் எல்லை வழியாக ஊடுருவல்களைத் தொடர்வது, அதே நேரத்தில் மேற்கில் பஞ்சாப் மாகாணத்தின் வழியாக தாக்குதல் நடத்தி, அமிர்தசரஸைக் கைப்பற்றுவது, பின்னர் அங்கிருந்து டெல்லியை மிரட்டுவது. இதுதான் பாகிஸ்தானின் நீண்ட நாளைய திட்டம்.

லாகூரிலிருந்து கிளம்பி, இந்திய எல்லையைத் தாண்டி கிழக்கு நோக்கி பயணித்தால் ஒரு மணி நேர பயணத்தில் அமிர்தசரஸை அடைந்து விடலாம். அமிர்தசரஸ் என்பது இரும்புக் கதவை கொண்டிருக்கும் இந்தியாவின் நுழைவாயில். அமிர்தசரஸை மட்டும் வீழ்த்திவிட்டால், அங்கிருந்தபடி டெல்லியை மிரட்டுவது சுலபம். அமிர்தரசஸிலிருந்து டெல்லியை ஓரிரவுக்குள் அடைந்துவிடலாம். எந்தப் பாதையை அடைத்து வைத்தாலும், டெல்லி வீழ்வதைத் தடுக்கவே முடியாது.

1965 செப்டெம்பர் மாதம், பாகிஸ்தான் அதே திட்டத்தோடு களமிறங்கியது. இந்திய எல்லையில் நடந்த அதிரடி தாக்குதலில் பஞ்சாபின் மேற்கு பகுதியைச் சேர்ந்த நகரமான ஹம்கரண்ட் வீழ்ந்தது. அங்கிருந்து பாகிஸ்தான் படைகள், மூன்று பிரிவுகளாகப் பிரிந்து மேற்கு நோக்கி நகர்ந்தன. முதல் பிரிவு, அமிர்தரஸை நோக்கி நேர் வழிச் சாலையில் முன்னேறியது. இன்னொரு பிரிவு, கிழக்கு பகுதி வழியாக ஜண்டியலா வரை சென்று அங்கிருந்து தாக்க முடிவு செய்தது. மூன்று திசைகளிலும் அமிர்தசரஸைத் தாக்கினால் வீழ்த்தி விடலாம் என்கிற நம்பிக்கையோடு நகர்ந்தார்கள்.

எல்லையோர இந்திய நகரங்களை வீழ்த்திய உற்சாகத்தில் வெறி கொண்டபடி பாகிஸ்தான் படை முன்னேறிக் கொணடிருந்தபோது, திடீர் திருப்பம் நிகழ்ந்தது. அசல் உத்தர் என்னுமிடத்தில் இந்திய ராணுவம், பாகிஸ்தான் படையை நேருக்கு நேராக எதிர்கொண்டது.

இக்கட்டான நேரத்தில் அப்படியொரு முடிவு, இந்தியாவுக்கு நிச்சயம் சாதகமாக இருந்திருக்காது என்றே நினைத்தார்கள். குறிப்பாக நேருக்கு நேர் பாகிஸ்தான் படையைச் சந்திக்காமல் அமிர்தசரஸை சுற்றி வேலி அமைத்து வியூகம் அமைத்திருக்கலாம்.

ஆனால், பாகிஸ்தானை நேருக்கு நேராக நின்று மோதிவிடுவது என்று முடிவெடுத்தார்கள். இந்த முடிவு எடுக்கப்பட்டதற்கு ராணுவத்தின் தலைமைப் பொறுப்பில் இருந்த சீக்கியர்களே காரணமாக இருந்தார்கள். தங்களின் இன அடையாளமான அமிர்தசரஸ் நகரமும், பொற்கோயில் வளாகமும் எக்காரணம் கொண்டும் பாகிஸ்தானியர்களிடம் வீழ்ந்துவிடக்கூடாது என்பதில் சீக்கியர்கள் உறுதியாக இருந்தார்கள். அதில் வெற்றியும் பெற்றார்கள். பாகிஸ்தானை எல்லை வரை துரத்தி சென்று, இழந்த பகுதிகளையெல்லாம் மீட்டார்கள். சீக்கியர்களின் தேசப்பற்றோடு, அவர்களது இன, மத உணர்வுகளும் மேலோங்கி இருந்த காரணத்தால் அமிர்தசரஸ் காப்பாற்றப்பட்டது.

பாகிஸ்தான், காஷ்மிரில் வாலாட்டலாம். ஊடுருவல்களைத் தொடரலாம். எல்லையில் துப்பாக்கிகளை வெடிக்கச் செய்யலாம். ஆனால், பஞ்சாப் எல்லை வழியாக, பாகிஸ்தானிலிருந்து சிறு துரும்பும் வர வாய்ப்பில்லை என்று அழுத்தமாக நிரூபிக்கப்பட்டது. பாகிஸ்தான் தீவிரவாதிகளை பஞ்சாப் மண்ணில் சீக்கியர்கள் அனுமதிக்கமாட்டார்கள் என்று டெல்லியும் நம்பியது. ஆனால், 1984ல் பொற்கோயில் வளாகத்தில் நடந்த சம்பவங்கள் அனைத்தையும் புரட்டிப்போட்டுவிட்டன. பொற்கோயில் தீவிரவாதிகளுக்கு பாகிஸ்தானின் ஆதரவு இருப்பதாக டெல்லி நம்பியது. புளூ ஸ்டார் நடவடிக்கைக்குப் பின்னர் இவற்றையெல்லாம் உண்மையாக்குவது போன்ற சம்பவங்களும் நடந்தன. இந்தியாவின் பாதுகாப்பு குறித்த கேள்விகள் தீவிரமாக எழுப்பப்பட்டன. பஞ்சாப் சீக்கியர்களை, பொதுமக்கள் சந்தேகக் கண்ணோடு பார்க்க ஆரம்பித்தார்கள். இந்திரா காந்தி படுகொலைக்குப்பின்னர் டெல்லியில் எழுந்த கலவரங்களுக்கு சீக்கியர்கள் மீதான சந்தேகப் பொறிகளும் முக்கியமான காரணம் என்று சொல்லவேண்டும்.

4

காலிஸ்தான் கோஷம்

1965 பாகிஸ்தான் போருக்குப் பின்னர், பெரிய அளவில் பரந்து விரிந்து கிடந்த பஞ்சாப் மாநிலத்தை நிர்வாக வசதிக்காக ஒருங்கிணைக்கலாம் என்று முடிவு செய்யப்பட்டது. இந்நிலையில் பஞ்சாபி சுபா இயக்கம், அகாலி தளத்தால் முன்னெடுக்கப்பட்டது. இது தனி மாநில கோஷத்தை உயர்த்திப் பிடித்தது. பல கட்ட பேச்சுவார்த்தைகளுக்குப் பின்னர் நவம்பர் 11, 1966 அன்று பஞ்சாப் மாநிலம் உருவானது. பஞ்சாபியைத் தாய் மொழியாக கொண்டவர் களுக்காக பஞ்சாப், இந்தியை தாய்மொழியாக கொண்டவர்களுக்கு ஹரியானாவும் சண்டிகர் யூனியன் பிரதேசங்களும் உருவாயின. கிழக்கு பஞ்சாப், சில மலைவாசி குடியினர் இருந்த பகுதிகளோடு இணைக்கப்பட்டு இமாச்சலப் பிரதேசம் என்னும் புதிய மாநிலமும் உருவாக்கப்பட்டது.

புதிய பஞ்சாப், சீக்கியர்கள் மத்தியில் நம்பிக்கையையும், கனவு களையும் வளர்த்தது. விவசாயத்துறை பெரிதும் வளர்ச்சி கண்டது. பழைய விவசாய முறைகளை ஒதுக்கி வைத்துவிட்டு, நவீன முறைகளை கொண்டு வந்தார்கள். லூதியானா விவசாயக் கல்லூரி, புதிய நெல், கோதுமை விதைகளை அறிமுகப்படுத்தியது. உழுவதற்கு ஏருக்கு பதிலாக டிராக்டர்கள் கொண்டு வரப்பட்டன. பூச்சிக் கொல்லி மருந்துகள், உரங்கள் ஆகியவை புதிதாக அறிமுகப் படுத்தப்பட்டன. பஞ்சாபில், பசுமைப்புரட்சியின் தாக்கம் உச்சத்தில் இருந்தது. இத்தகைய அதிரடி மாற்றங்களுக்கு பெரிய பலன் இருந்தது. மாநிலத்தின் விவசாய உற்பத்தி இரு மடங்கானது. கோதுமை, அரிசி மற்றும் கரும்பு வழக்கத்தை விட அதிகமான

விளைச்சலைத் தந்தன. தென்னிந்திய மாநிலங்களெல்லாம் தடுமாறிக் கொண்டிருந்த நேரத்தில், உணவு உற்பத்தியில் பஞ்சாப் தன்னிறைவு அடைந்தது.

விளைச்சல் அதிகமானபோது வேறு சில பிரச்னைகள் வந்தன. அறுவடை செய்து, அனுப்பி வைப்பதில் சிரமம் எழுந்தது. உழுவதற்கு டிராக்டர் இருந்தாலும், அறுவடைக்கு ஆள் இல்லை. அதிக கூலி கொடுத்து உள்ளூர் ஆட்களை அழைப்பதற்குப் பதிலாக குறைவான கூலிக்கு உத்திரப்பிரதேசம், பிகார் போன்ற பக்கத்து மாநிலங்களிலிருந்து ஆட்களை வரவழைத்தார்கள். ஆண்டு முழுவதும் விளைச்சல் நடந்ததால் எல்லோருக்கும் வேலை தாராள மாகக் கிடைத்தது. வந்தவர்கள் இங்கேயே தங்கிவிட்டதால், மக்கள் தொகை விகிதம் மாறிப் போனது. மாநிலத்தில் 61 சதவீதம் இருந்த சீக்கியர்களின் எண்ணிக்கை குறைய ஆரம்பித்தது.

இந்திய ராணுவத்தில் 20 சதவீதம் சீக்கியர்கள் இருந்தார்கள். நாட்டின் ஒட்டுமொத்த மக்கள் தொகையோடு ஒப்பிடும்போது சீக்கியர்கள் அதிக அளவில் அரசுப் பதவிகளில் இருந்தார்கள். இதனால், புதிய வேலைவாய்ப்புகள் மறுக்கப்பட்டன. வசதி வாய்ப்புகளைத் தேடி மேற்கத்திய நாடுகளுக்குப் பயணமானார்கள். பஞ்சாபின் பொருளாதார நிலைமை மோசமாகியது. பசுமைப் புரட்சிக்கான பலன்கள் மங்கிப்போய் விவசாயம் நொடித்தது. தொழிற்சாலைகள் இல்லாத நிலை. விவசாய நிலங்களோ குறைவு. படித்தவர்களின் எண்ணிக்கை, வேலையில்லாதவர்களின் எண்ணிக்கையை ஆண்டு தோறும் அதிகரித்துக் கொண்டிருந்தது. பஞ்சம், பசி அடிப்படைவாத அரசியலுக்கு வசதியாகிப் போனது. காலிஸ்தான் கனவுகள் ஆரம்பமாயின.

1971, அக்டோபர் மாதம் நியூயார்க் டைம்ஸில் அரைப்பக்க விளம்பரம் வெளியாகியிருந்தது. லண்டனைச் சேர்ந்த ஜகஜித்சிங் சௌஹான் என்பவர் சீக்கியர்களுக்கென்று காலிஸ்தான் தேசம் உருவாக இருப்பதாக அதில் தெரிவித்திருந்தார். காலிஸ்தான் தேசத்துக்கான பாஸ்போர்ட், நாணயம், தூதரகச் சின்னம் ஆகிய வற்றையும் வடிவமைத்துவிட்டார். உலகெங்கும் இருந்த சீக்கியர் களின் கனவு தேசமாக காலிஸ்தான் உருவெடுத்தது. பஞ்சாபிலும் உணர்ச்சிகரமான நிலை இருந்தது. சட்டமன்றத் தேர்தலில் சிரோன்மணி அகாலிதளம் காங்கிரஸைத் தோற்கடித்து, ஆட்சியைப் பிடித்தது.

1973 ஏப்ரல் மாதம் பஞ்சாப், அனந்தபூரில் உள்ள குருத்வாராவில் கூடிய சில சீக்கிய அமைப்புகள் கூடிப் பேசி ஒரு தீர்மானத்தை

முன்மொழிந்தார்கள். ஆரம்பத்தில் பெரிய கவனத்தைப் பெறா விட்டாலும் பின்னாளில் பெரும் புயலைக் கிளப்ப காரணமாக இருந்தது. பஞ்சாபி சுபா மூலம் கிடைக்க வேண்டியவை சீக்கிய சமூகத்திற்கு முழுவதும் சென்று சேரவில்லை. சீக்கிய சமூகத்துக்குச் சுயசார்புவேண்டும். அகாலிகளுக்கு தனிமாநிலம் வேண்டும். மாநில சுயாட்சி குறிப்பாக ராணுவம், கரன்சி நோட்டு அச்சடித்தல், செய்தித் தொடர்பு, ரயில் ஆகியவற்றை மட்டும் மத்திய அரசு வைத்துக் கொண்டு, மற்றவற்றை மாநிலத்திடம் தந்துவிட வேண்டும். தீர்மானத்தின் முக்கியமான அம்சங்கள் இவைதான். அனந்தபூர் தீர்மானத்துக்கு ஆரம்பத்தில் பெரிய ஆதரவில்லை. பின்னாளில் அகாலிதளம் உள்பட பல்வேறு சீக்கிய அமைப்புகள் தீர்மானத்தை முன்னிலைப்படுத்தியதால் பிரபலமானது.

தனிமாநிலக் கோரிக்கைகள், இந்தியாவுக்குப் புதிததல்ல. நாடெங்கும் அவ்வப்போது எழுந்த வண்ணம் இருந்தன. குறிப்பாக மொழிவாரி மாநிலங்கள் பிரிக்கப்பட்ட பின்னரும், நேருவின் காலம் வரையும் அவ்வப்போது அலைபோல் எழுந்து கொண்டிருந்தன. பஞ்சாபும் அதில் விலக்கல்ல.

குருத்வாரா கமிட்டிகளின் ஊழல் மற்றும் தவறுகளைத் தட்டிக் கேட்டதன் காரணமாக அகாலிதளம் பிரபலமானது. பின்னர் சீக்கிய சமூகத்தை ஒன்றிணைக்கும் பணியைக் கையில் எடுத்துக்கொண்டது. காங்கிரஸ் மட்டுமல்ல ஒட்டுமொத்த டெல்லி அதிகார வர்க்கமும் இந்துத்துவக் கொள்கைகளை முன் வைக்கிறது என்பதுதான் அகாலிதளத்தின் பார்வை. டெல்லியைக் கடுமையாக எதிர்த்துப் போராட, அகாலிதளத்துக்கு எமர்ஜென்ஸி ஒரு வாய்ப்பாக அமைந்தது. முழு மூச்சுடன் போராட்டக்களத்தில் இறங்கியது. அகாலிதளம், திமுக போன்ற மாநிலக் கட்சிகள் இந்திரா காந்தியை எதிர்த்தன் மூலமாக மைய நீரோட்டத்தில் இணைந்தன என்பதை இங்கே கவனிக்கவேண்டும்.

எமர்ஜென்ஸிக்கு பின்னர் உருவான ஜனதா கூட்டணியில் அகாலிதளம் முக்கிய பங்கு வகித்தது. இந்திரா காந்தி எதிர்ப்பைப் பிரதானமாக வைத்து 1977 பஞ்சாப் சட்டமன்றத் தேர்தலில் பிரகாஷ்சிங் பாதல் தலைமையிலான அகாலி தளம் ஆட்சிக்கு வந்தது. 1980ல் நடைபெற்ற பொதுத் தேர்தலில் வெற்றி பெற்று மத்தியில் ஆட்சியமைத்த இந்திரா காந்தி, முதல் வேலையாக பஞ்சாபில் இருந்த அகாலிதள ஆட்சியைக் கலைத்தார். பஞ்சாப் மாநிலத்தில் இந்திராவின் அதிரடி அரசியல், அடுத்த கட்டத்தை எட்டியது.

ஆட்சி பறிபோனதால் மக்கள் மத்தியில் அகாலிதளத்திற்கு அனுதாபம் இருந்தாலும், சில சீக்கிய அமைப்புகளின் விமர்சனத்தையும் எதிர்கொண்டார்கள். ஆட்சியில் இருந்தபோது அனந்தபூர் தீர்மானத்தை நிறைவேற்ற முயற்சி செய்யவில்லை என்பதுதான் அவர்களது குறை. அகாலிதளத்திற்கு எதிரான தலைவர்களிடம் டெல்லி நெருக்கம் காட்டியது. இதன் மூலம் அகாலி தளத்தின் அடிப்படையான சீக்கியர் வாக்கு வங்கியை முடக்குவதுதான் காங்கிரஸின் திட்டம். காங்கிரஸ் கட்சியைச் சேர்ந்த ஜெயில் சிங் மற்றும் தர்பாராசிங் ஆகியோர் ஒரு புதிய திட்டத்தைச் செயல்படுத்தினார்கள். இருவருமே இந்திராவின் தளபதிகள். இருவரின் செல்வாக்கின் காரணமாகவே பஞ்சாபில் காங்கிரஸ் கட்சிக்கு பெரிய அளவில் ஆதரவுத்தளம் இருந்தது. அகாலிதளத்திற்கு எதிராக இருந்தவர்களை காங்கிரஸ் கட்சியின் ஆதரவாளர்கள் ஆக்கிய பணியைத் திறமையாக செய்துமுடித்தார்கள். இருவரையும் டெல்லிக்கு அழைத்து, மத்திய அரசில் பொறுப்பான அமைச்சர் பதவிகளை அளித்தார் இந்திரா.

அதிருப்தியில் இருந்த அகாலிதளத் தலைவர்களை இந்திராவே தொடர்புகொண்டு பேச்சுவார்த்தை நடத்தினார். காலிஸ்தான் பற்றி நியூயார்க் டைம்ஸில் விளம்பரம் கொடுத்த ஜகஜித் சிங் சௌஹான் கூட இந்தியாவுக்கு வந்திருந்து டெல்லியில் இந்திராவைச் சந்தித்துப் பேசினார். இந்திராவுடனான பேச்சுவார்த்தை முறிந்துவிட்டதாகச் சொன்னாலும், தேசிய காலிஸ்தான் கவுன்சிலை உருவாக்கியிருப்ப தாகத் தெரிவித்தார். அதன் தலைவராக தன்னையும், பொதுச் செயலாளராக பல்பீர் சிங் சந்து என்பவரையும் அறிவித்தார். பின்னர் லண்டனுக்குச் சென்றவர், காலிஸ்தான் உருவாகிவிட்டதாக செய்தி வெளியிட்டார். ஆனால், இந்திரா தரப்பிலிருந்து எந்தவொரு நடவடிக்கையும் இல்லை.

காலிஸ்தான் தவிர மற்ற விஷயங்கள் குறித்து காங்கிரஸ் கட்சியும் பேச ஆரம்பித்துவிட்டதை அகாலிதளம் உணர்ந்தது. அகாலி தளத்திற்கு வேறு வழி தெரியவில்லை. பத்து ஆண்டுகளுக்கு முன்னர் பரணில் வைக்கப்பட்ட அனந்தபூர் தீர்மானத்தை மீண்டும் கையில் எடுத்துக் கொண்டார்கள். புதிய முலாம் பூசப்பட்டது. அனந்தபூர் தீர்மானத்தின் பகுதியாக 45 கோரிக்கைகள் பரிசீலிக்கப்பட்டு, இறுதி வடிவம் பெற்று அகாலிதளத்தின் கோரிக்கைகளாக முன் வைக்கப் பட்டன. அதில் 7 கோரிக்கை குறிப்பிடத்தக்கவை.

1. ஒருங்கிணைந்த பஞ்சாப் உருவாக்கவேண்டும். சண்டிகரை பஞ்சாப் மாநிலத்தோடு இணைக்கவேண்டும்.

2. பஞ்சாப் மொழி பேசும் பகுதிகள் அனைத்தும் பஞ்சாப் மாநிலத்தோடு இணைக்கப்பட வேண்டும்.

3. இந்திய அரசியல் சட்டம் மாற்றியமைக்கப்பட்டு, மாநிலங் களுக்குக் கூடுதல் அதிகாரங்கள் தரப்படவேண்டும். மாநிலங்கள் சுயாட்சியுடன் செயல்படுவதற்கு ஏற்ற அரசியல் சூழ்நிலையை உறுதி செய்யவேண்டும்.

4. விவசாய நிலங்களை மேம்படுத்தி, நிலச் சீர்திருத்தம் முறைப் படுத்தப்பட வேண்டும். பஞ்சாப் மாநிலத்தில் நிறைய தொழிற் சாலைகள் கொண்டுவரப்படவேண்டும்.

5. அனைத்திந்திய அளவில் குருத்துவாரா சட்டங்கள் இயற்றப்பட வேண்டும்.

6. இந்தியா முழுவதும் சிறுபான்மையினருக்கான பாதுகாப்பை உறுதிசெய்ய வேண்டும்.

7. இந்திய ராணுவத்தில் சீக்கியர்களுக்கான இடங்களும், சலுகை களும் முன்னர் இருந்தபடியே தொடர வேண்டும்.

மாநிலத்தில் சுயாட்சி, மத்தியில் சீக்கியர்களுக்கு முன்னுரிமை. அகாலி தளம், தெளிவாகத் தன்னுடைய கொள்கையை முன் வைத்தது. சாலை மறியல் தொடங்கி குருத்வாராக்களில் உண்ணா விரதம் வரை விதவிதமான போராட்டமுறைகளைக் கையாண்டு, ஒட்டுமொத்த இந்தியாவையும் திரும்பிப் பார்க்க வைத்தது. ஒவ்வொரு நாளும் ஆயிரக்கணக்கான சீக்கியர்கள் கைது செய்யப் பட்டார்கள். பிரதமரால் அகாலிதளத்தையும் பஞ்சாப் நிலவரத்தையும் சமாளிக்க முடியவில்லை. பொறுப்பை, சஞ்சய் காந்தியிடம் ஒப்படைத்தார். சஞ்சய் காந்தி, ஜெயில் சிங்கை அணுகினார். பஞ்சாப் மாநிலத்தில் காங்கிரஸ் வளரவேண்டுமானால், அகாலி தளத்தின் செல்வாக்கை குறைத்தாக வேண்டும். அகாலி தளத்தோடு முரண்பட்டு நிற்பவர்களை கண்டறிந்தார்கள். காங்கிரஸ் விரித்த வலையில் சிக்கியவர்தான், பிந்தரன்வாலே.

ஜர்னையில் சிங் பிந்தரன்வாலே ஒரு சீக்கிய அடிப்படைவாதி. ஆரம்பத்தில் அகாலி தளத்தோடு நெருக்கமாக இருந்தவர், பின்னர் தம்தம்மி தக்சல் எனும் அமைப்பை தலைமையேற்று நடத்திக் கொண்டிருந்தார். குர்பச்சன் சிங் என்பவர் நீரங்காரி என்னும் பிரிவைத் தொடங்கி, சீக்கிய நடைமுறைகளில் மாற்றம் கொண்டுவர வேண்டும், நடைமுறைகளை மாற்றவேண்டும் என்று போராடினார். முடியை, தாடியை மழித்துவிட்டு, தலைப்பாகை எதுவும் தேவையில்லை என்று சொன்னதும் அதை எதிர்த்து ஃபௌஜா சிங்

என்பவர் களமிறங்கினார். குர்பச்சன் சிங்கிற்கும் ஃபௌஜா சிங்கிற்கும் நடைபெற்ற மோதலில் பத்துக்கும் மேற்பட்டோர் இறந்து போனார்கள். நீதிமன்றம், குர்பச்சன் சிங்கை நிரபராதி என்று விடுவித்தது.

நீரங்காரிகளை அடியோடு வெறுத்தவர் பிந்தரன்வாலே. பிந்தரன்வாலே ஆதரவாளர்களுக்கும் நீரங்காரிகளுக்கும் இடையே பலமுறை மோதல் நிகழ்ந்திருக்கிறது. நீரங்காரிகளுக்கு அகாலி தளத்தின் ஆதரவு இருந்தது. இறந்து போன ஃபௌஜா சிங்கின் மனைவி, நீரங்காரிகளுக்கு எதிராகவும் அகாலி தளத்திற்கு எதிராகவும் அரசியல் களத்தில் இறங்கினார். அவருக்கு ஆதரவாக பிந்த்ரன் வாலேவும் களத்துக்கு வந்தார். 1980 பொதுத்தேர்தலில் அகாலி தளம் கட்சியைத் தோற்கடிக்க காங்கிரஸ் கட்சியுடன் இணைந்து செயல் பட்டிருந்தார். மூன்று தொகுதிகளில் காங்கிரசுக்கு ஆதரவாக பிந்தரன்வாலே பிரசாரம் செய்தார். இந்திரா காந்தி, பிரசாரத்திற்கு பஞ்சாப் வந்தபோது அவருடன் மேடையில் இருந்தார். தேர்தல் வெற்றிகளுக்குப் பின்னர் காலிஸ்தான் என்னும் லட்சியத்தை நோக்கி செல்லப் போவதாக அறிவித்திருந்தார்.

பிந்தரன்வாலே போன்றவர்களைத்தான் இந்திராவின் ஆதரவாளர்கள் காங்கிரஸ் பக்கம் அழைத்து வந்து, ஆபத்தான விளையாட்டை ஆரம்பித்து வைத்தார்கள். 1980 ஏப்ரல் 24 அன்று நீரங்காரிகளின் குருவான பாபா குருபசன் சிங், டெல்லியில் பிந்தரன்வாலே ஆதரவாளர்களால் சுட்டுக் கொல்லப்பட்டார். அதைத் தொடர்ந்து பஞ்சாப் மாநிலம் முழுவதும் கலவரம் வெடித்தது. நீரங்காரிகளும் பிந்தரன்வாலேவின் ஆதரவாளர்களும் கடுமையாக மோதிக் கொண்டார்கள். நீரங்காரிகளை அடியோடு ஒழித்துவிடும் முயற்சியில் பிந்தரன்வாலே செயல்படுகிறார் என்பது சகலருக்கும் தெரியும். ஆனால், யாராலும் அவரை கட்டுப்படுத்த முடியவில்லை. மாநிலத்தில் ஜனாதிபதி ஆட்சி இருந்தது. மத்தியில் இந்திரா ஆட்சி நடந்தது. பிந்தரன்வாலேவுக்கு டெல்லியின் பரிபூரண ஆசியும் இருந்தது.

பஞ்சாபில் பிந்தரன்வாலே பேசிய இடங்களெல்லாம் கலவர பூமியானது. அவரது பேச்சைக் கண்டித்து எழுதிய பஞ்சாப் கேசரி ஆசிரியர் ஜக்ஜித் நாராயண் கொல்லப்பட்டார். இந்த வழக்கில் பிந்த்ரான்வாலேவை கைது செய்ய முயற்சி நடந்தபோது மோதல் நடந்து, அதில் 11 காவல்துறையினர் பலியானார்கள். டெல்லியி லிருந்து ஸ்ரீநகருக்கு கிளம்பிய விமானம், பிந்தரன்வாலே ஆதரவாளர்களால் லாகூருக்கு கடத்தப்பட்டது. பிந்தரன்வாலே

ஆதரவாளர்களின் பின்னணியில் பாகிஸ்தான் இருப்பதாக சொன்ன உளவுத்துறையின் செய்திகளை இப்போது நம்ப ஆரம்பித்தார்கள்.

பிந்தரன்வாலேவைப் பிடிக்க டெல்லி மேற்கொண்ட முயற்சி பலனளிக்கவில்லை. இந்திராவுக்கு எதிரான நிலையில் இருந்த அகாலி தளம் பிந்தரன்வாலேவுக்கு ஆதரவான நிலைப்பாடு எடுத்தது. அகாலி தளத் தலைவர் லோங்கோவால், பிந்தரன்வாலே பொற்கோயிலுக்குள் வந்து தங்கிக்கொள்ளலாம் என்றார். அமெரிக்கா, கனடா மற்றும் லண்டனில் இருந்து பன்னாட்டு உதவிகள், பிந்தரன்வாலேவுக்குக் கிடைத்து வந்தன. பிந்தரன்வாலே, படிப்படியாக வரலாற்று நாயகராகிவிட்டார். டெல்லியும் பேச்சு வார்த்தைக்கு வந்தது. பம்பாய், டெல்லி என பல இடங்களுக்கு அழைத்துச் சென்று வீட்டுக்காவலில் வைத்தார்கள். அவர் மீது எந்தவொரு நடவடிக்கையும் எடுக்கப்படவில்லை. கடைசிவரை அவர் கைதும் செய்யப்படவில்லை. நீதிமன்றம் தலையிட்டு, அவரை விடுவித்தது.

கண்மூடித்தனமான இனப்பற்று, அரசியல் காரணங்களே பிந்தரன்வாலேவை அடுத்தடுத்து தவறுகள் செய்ய வைத்தன. தனக்கு எதிரிகளே இருக்கக்கூடாது என்று அவர் நினைத்தார். கொள்கை ரீதியாக முரண்பட்ட சீக்கியர்களையும் கொல்லத் தயங்கவில்லை. காலிஸ்தான் என்னும் கனவின் மீது அபாரமான நம்பிக்கை வைத்திருந்தார். டெல்லி தன்னுடைய லட்சியங்களுக்கு எதிராக திரும்பியபோது, பிந்தரன்வாலே பயங்கரவாதியாக மாறியிருந்தார்.

பிந்தரன்வாலேவின் காலிஸ்தான் கனவை நனவாக்கவும் தோள் கொடுக்கவும் ஆட்கள் இருந்தார்கள். கண்மூடித்தனமான இனப்பற்று, மதப்பற்றில் திளைத்த சீக்கிய இளைஞர்களும், காலிஸ்தானுக்காக எதையும் செய்யத் தயாராக இருந்த சீக்கிய மதகுருமார்களும் பிந்தரன்வாலேவுக்கு ஆதரவாக இருந்தார்கள். அரசியல் காரணங்களுக்காக பிந்தரன்வாலேவுடன் கைகோர்த்தவர்களும் உண்டு. அப்படிப்பட்டவர்களில் ஷபக் சிங் முக்கியமானவர்.

1971ல் வங்க தேசத்திற்கான போரில் பாகிஸ்தான் படையை எதிர்த்து இந்தியப் படைகளை வழிநடத்தியவர் ஷபக் சிங். கிழக்கு வங்காளத்தில் களமிறங்கிய முக்தி பாஹினியின் தளபதியாக இருந்தார். வெற்றிக்குப் பின்னர், இந்திராகாந்தி அரசு அவரை பெரிதும் கௌரவித்தது. ஓய்வு பெற இருந்த ஒரு நாளுக்கு முன்னர் ஊழல் குற்றச்சாட்டுகளால் இந்திய ராணுவத்திலிருந்து வெளியேற்றப் பட்டார். 'எமர்ஜென்ஸி நேரத்தில் இந்திராகாந்தி அரசை

விமரிசித்ததால் மேலிடத்தின் கோபத்திற்கு ஆளானேன்; சீக்கியர் என்பதால் தீவிரவாதியைப் போல் பார்க்கிறார்கள். அதனால் இந்திய ராணுவத்தில் பதவி உயர்வும் கிடைக்கவில்லை' என்று பரபரப்பாக பேட்டிகள் கொடுத்தார்.

ஷபக் சிங் மீது சிபிஐ வழக்கு தொடர்ந்தது. அப்போது மத்திய உள்துறை அமைச்சராக இருந்த ஜெயில்சிங்கினால் அவருக்கு உதவ முடியவில்லை. டெல்லி உதாசீனப்படுத்தியதால் கோபமடைந்த ஷபக் சிங், பிந்தரன்வாலேவுடன் இணைந்து கொண்டார். அவரது ஆதரவாளர்களுக்கு ராணுவப் பயிற்சி அளித்ததுடன், பொற் கோயிலில் பிந்தரன்வாலேவின் பாதுகாப்பு ஏற்பாடுகளையும் கவனித்துக்கொண்டார். ப்ளூ ஸ்டார் நடவடிக்கையின்போது பொற்கோயிலுக்குள் இருந்தபடி இந்திய ராணுவத்திற்கு எதிராகப் போராடி, உயிரிழந்தார். அவரது உயிரற்ற உடல், அடையாளம் தெரியாத வகையில் சிதைந்து, ஒரு நாள் முழுவதும் பொற்கோயிலின் மூலையில் கிடந்தது பின்னர் தெரிய வந்தது.

புளூ ஸ்டார் நடவடிக்கையின்போது பிந்தரன்வாலேவும் வீழ்ந்தார். உடனே பஞ்சாபில் தீவிரவாதம் முடிவுக்குக் கொண்டுவரப்பட்டதாக அவசரப்பட்டு ஒரு முடிவுக்கு வந்தார்கள். உளவுத்துறையோ, பொற் கோயிலில் பதுங்கியிருந்த சீக்கிய தீவிரவாதிகளுக்கு பாகிஸ்தானின் ஆதரவு இருந்தது. அமிர்தசரஸை மையமாக வைத்து இன்னொரு போரை பாகிஸ்தான் ராணுவம் திட்டமிட்டு வருவதாக டெல்லி வட்டாரத்தில் தகவல்கள் கசிந்தன.

அதிருப்தியில் உள்ள சீக்கியர்களின் ஆதரவோடும் ஒத்துழைப் போடும் இன்னொரு இந்திய - பாகிஸ்தான் போர் வரக்கூடும் என்று நம்பினார்கள். இந்திராவின் உயிருக்கு ஆபத்து என்று உலக நாடுகள் எச்சரித்தன. உள்ளூர் ஊடகங்களும் இதைப் பற்றியே எழுத ஆரம்பித்தன. சீக்கியர்கள் மீது சந்தேகத்தின் நிழல் பெரிதாக படர ஆரம்பித்தது. இந்திரா படுகொலைக்குப் பின்னர், டெல்லி முழுவதும் பீதியும், அச்சமும் நிலவியதற்கும், சீக்கியர்கள் மீது தொடர்ச்சியாக தாக்குதல்கள் மேற்கொள்ளப்பட்டதற்கும் இதுவொரு முக்கிய காரணம்.

5

ப்ளூ ஸ்டார்

1984, மே மாதம். பிந்தரன்வாலேவை எப்படியாவது பொற்கோயிலில் இருந்து வெளியேற்ற வேண்டும் என்னும் திட்டம் தயாரானது. பிந்தரன்வாலேவின் பின்னணியில் பாகிஸ்தான் உளவுத் துறை இருப்பதாக செய்திகள் கிடைத்ததும் டெல்லி வட்டாரத்தில் பதட்டம் அதிகமானது. பேச்சுவார்த்தையெல்லாம் இனி பயன் தராது, ராணுவ நடவடிக்கைதான் ஒரே வழி என்கிற முடிவுக்கு வந்தார் இந்திரா காந்தி.

இந்திய ராணுவத் தளபதிகளின் சிறப்புக்கூட்டம் நடந்தது. பாதுகாப்பு அமைச்சராகவும் இருந்த இந்திரா காந்தி, பஞ்சாப் பிரச்னை பற்றியும், சீக்கிய தீவிரவாதிகளின் நடவடிக்கை குறித்தும் விரிவாகப் பேசினார். தீவிரவாதத்தை முறியடிக்க, ராணுவ நடவடிக்கையை வலியுறுத்தி அவர் பேசியபோது எதிர்ப்பு எழுந்தது. குறிப்பாக ராணுவத் தளபதியாக இருந்த ஜெனரல் எஸ்.கே. சின்ஹா தனது எதிர்ப்பை தெரிவித்தார். இந்திய ராணுவம், உள்நாட்டுப் பிரச்னைகளில் தலையிடுவதில்லை. பொற்கோயிலில் ராணுவம் நுழைந்தால் சீக்கியர்கள் கொதித்துவிடுவார்கள். உள்நாட்டுக் கலவரங்கள் வரும். மோசமான விளைவுகள் ஏற்படும் என்று முரண்பட்டு நின்றார். ஓரிரு நாட்களில் ராணுவத் தலைமையில் மாற்றம் வந்தது. எஸ்.கே. சின்ஹா, ஓய்வு பெற்றார். இந்திய ராணுவத்தின் புதிய தளபதியாக அருண் ஸ்ரீதர் வைத்யா நியமிக்கப்பட்டார். அதற்குப் பின்னர், ப்ளூ ஸ்டார் திட்ட்டத்தை நிறைவேற்றுவது என்று முடிவு செய்யப்பட்டது.

குறுகிய காலத்தில் தயாரான புளூ ஸ்டார் திட்டம் இரண்டு முக்கிய கட்டங்களாக பிரிக்கப்பட்டிருந்தது. ஆபரேஷன் மெட்டல் - ஆபரேஷ்ன் வுட்ரோஸ். பொற்கோயிலைத் தீவிரவாதிகளிடமிருந்து மீட்டெடுப்பது, ஆபரேஷன் மெட்டலின் நோக்கம். மீட்டெடுத்த பின்னர், எஞ்சியுள்ள தீவிரவாதிகளை ஒழித்துக் கட்டி, பஞ்சாபில் அமைதியைக் கொண்டுவருவது அடுத்த கட்டம். முதல் கட்ட ஆபரேஷனை வெற்றிகரமாக செய்து முடிப்பதற்காக லண்டனைச் சேர்ந்த சிறப்புப் படை அதிகாரிகளின் உதவி பெறப்பட்டது. பொற்கோயிலைச் சுற்றியுள்ள கட்டடங்களுக்கு பாதிப்பு இல்லாமல், பெரிய அளவில் உயிரிழப்புகள் இல்லாமல் வெற்றிகரமாக செய்து முடிப்பது குறித்து ஆலோசிக்கப்பட்டது.

பொற்கோயிலில் ராணுவ நடவடிக்கை மேற்கொள்ளப்படலாம் என்று சீக்கிய தீவிரவாதக் குழுக்களும் எதிர்பார்த்தே இருந்தார்கள். உள்ளூர் பத்திரிக்கைகள் இது குறித்து தொடர்ந்து செய்திகள் வெளியிட்டு வந்தன. *1984* மே மாத இறுதியில் பொற்கோயிலுக்கு வந்திருந்த குடியரசுத் தலைவர் ஜெயில் சிங், பொற்கோயில் வளாகத்தில் ராணுவ நடவடிக்கை ஏதும் மேற்கொள்ளப்படாது என்கிற உறுதிமொழியைத் தந்தார். அதையும் மீறி தாக்குதல் நடந்தால் எதையும் சந்திக்க பிந்தரன்வாலே ஆதரவாளர்கள் தயாராக இருந்தார்கள். பொற்கோயிலுக்கு வழிபட வந்திருந்த ஜெயில் சிங்கைத் துப்பாக்கி குண்டுகள் உரசிக்கொண்டு சென்றதாகவும் தகவல்கள் உண்டு.

1984, ஜூன் *1*. பிந்தரன்வாலே தன்னுடைய ஆதரவாளர்களுடன் மொட்டை மாடியில் கூட்டத்தில் இருந்தபோது முதல் தோட்டா சீறிப் பாய்ந்தது. ஆனால், குறி தவறிவிட்டது. யாருக்கும் காயமில்லை. அடுத்து வந்த எழு மணி நேரங்களுக்கு துப்பாக்கி சத்தம் நீடித்தது. பிந்தரன்வாலே தங்கியிருந்த ஹர்மந்திர் சாகிப் கட்டடத்தைத் தவிர்த்துவிட்டு மற்ற கட்டடங்கள் மீது ராணுவம் தொடர் குண்டு மழை பொழிந்தது. ஒருவேளை பயமுறுத்தலுக்காகச் செய்திருக் கலாம். ஏறக்குறைய *300* குண்டுகள், அதில் *34* குண்டுகள் ஹர்மந்திர் சாகிப் கட்டடத்தையும் துளைத்திருந்தன.

பிந்தரன்வாலேவின் ஆதரவாளர்கள் யாரும் பதிலடி தரவில்லை. ராணுவம், பொற்கோயிலுக்குள் நுழையாதவரை திரும்பித் தாக்கக் கூடாது என்று பிந்தரன்வாலே உத்தரவிட்டிருந்தார். உள்ளிருந்து பதிலடி வந்தால், உடனே உள்ளே நுழைவதற்கு தயாராக ராணுவம் காத்திருந்தது. அன்று முழுவதும் காத்திருந்தும், உள்ளிருந்து எந்த சமிக்ஞையும் கிடைக்கவில்லை. மறுநாள் பாதுகாப்புப் படையினர்

வெளியே இருந்து சுட்டதில் ஒரு பெண், ஒரு குழந்தை உட்பட 11 பக்தர்கள் உயிரிழந்தார்கள்.

அதே நாள் டெல்லியிடமிருந்து ஒரு அதிரடி அறிவிப்பு வந்தது. பஞ்சாப் மாநிலம் முழுவதும் ஊரடங்கு உத்தரவு அறிவிக்கப்பட்டது. போக்குவரத்து முழுமையாகத் தடை செய்யப்பட்டது. சைக்கிள் கூட அனுமதிக்கப்படவில்லை. நெருக்கடி நிலையாக இருந்தாலும் பொற் கோயிலுக்குள் பக்தர்களைத் தொடர்ந்து அனுமதித்தார்கள். தொலை பேசித் தொடர்புகள் நிறுத்தப்பட்டன. பத்திரிக்கையாளர்களுக்கு அனுமதி மறுக்கப்பட்டது. பஞ்சாபில் என்ன நடக்கிறது என்பதே வெளியுலகிற்கு தெரிய வராத அளவு கடுமையான கட்டுப்பாடுகள் அமலுக்குக் கொண்டு வரப்பட்டன.

ஜூன் 3. சீக்கிய குருமாரின் நினைவுநாளையொட்டி சிறப்புப் பிரார்த்தனைக்காக ஏராளமானவர்கள் ஹர்மந்திர் சாகிப்பில் குழுமியிருந்தார்கள். ஏறக்குறைய 10,000 பக்தர்கள், 1,300 பொற்கோயில் சேவகர்கள் என வழக்கத்தைவிட அதிகமான கூட்டம் கூடியிருந்தது. வளாகத்திற்கு வெளியே ராணுவம் குவிக்கப் பட்டிருந்ததால், ஏராளமான சீக்கிய தீவிரவாதிகள் பொற்கோயிலை விட்டு வெளியே வராமல் உள்ளேயே தஞ்சமடைந்திருந்தார்கள். மாநிலம் முழுவதும் ஊரடங்கு இருந்ததால், எந்நேரமும் கைது செய்யப்படலாம் என்கிற அச்சத்திலும் நிறைய பேர் பொற் கோயிலுக்குள் வந்திருந்தார்கள். பொற்கோயிலுக்குள் ராணுவம் நுழையாது, நுழைந்தாலும் பிந்தரன்வாலே உறுதியாக இருந்து வழிநடத்துவார் என்பது அவர்களது அசைக்கமுடியாத நம்பிக்கையாக இருந்தது.

குர்மேஜ் சிங் ஓர் அப்பாவி சீக்கியர். அமிர்தசரஸில் காய்கறிக் கடை வைத்திருந்தார். நான்கு குழந்தைகளுக்குத் தந்தை. தன்னுடைய நண்பர்களோடு பொற்கோயிலுக்குள் வழிபட வந்திருந்தார். அந்தச் சமயத்தில்தான் ஊரடங்கு அறிவிக்கப்பட்டது. அவசர அவசரமாக பொற்கோயிலை விட்டு கிளம்பியபோது, வெளியே நின்றிருந்த பாதுகாப்புப் படையினர் தடுத்தார்கள். ஊரடங்கு என்பதால் ஊருக்குள் அனுமதிக்க முடியாது என்றார்கள். திரும்பவும் பொற்கோயிலுக்குள் செல்வதைத் தவிர அவர்களுக்கு வேறு வழியில்லை. கோயில் வளாகத்திற்குள் இருந்த ஒரு கட்டடத்தில் கிடைத்த இடத்தில் உட்கார்ந்து கொண்டார். அன்றிரவு முழுவதும் இருட்டில், உட்கார்ந்தபடியே நேரம் கழிந்தது. இரவு முழுவதும் தொடர்ந்த துப்பாக்கி சத்தம், அவ்வப்போது பீறிட்டு எழுந்த அழுகுரல்கள் ஆகியவை குர்மேஜ் சிங்கைத் தொடர்ந்து பீதியில்

வைத்திருந்தன. கும்மிருட்டு என்பதால் உடன் வந்த நண்பர்கள் உயிருடன் இருக்கிறார்களா என்பதைக்கூடத் தெரிந்துகொள்ள முடியாமல் தவித்தபடி இருந்தார். உள்ளிருந்த எல்லோருக்குமே அதுவொரு கொடூரமான இரவு!

ஜூன் 4, 1984 அதிகாலை 4 மணி. ராணுவத்தின் அதிரடி தாக்குதல் ஆரம்பமானது. முதலில் வெடித்தது ஒரு கையெறி குண்டு. ஒட்டுமொத்த பொற்கோயிலும் இடிந்து விழுந்தது போன்ற ஓசை எழுந்தது. இருட்டில் உட்கார்ந்திருந்தவர்கள் திடுக்கிட்டு, உயிரைக் காப்பாற்றிக்கொள்ள ஹர்மந்திரில் ஒளிந்து கொண்டார்கள். எந்தவித முன்னெச்சரிக்கையும் தராமல், ராணுவம் ஆரம்பித்து வைத்த அதிரடி தாக்குதலில் ஏராளமானவர்கள் உயிரிழந்தார்கள். பிந்தரன்வாலே ஆதரவாளர்களும் பதிலடி தந்தார்கள். பல மணி நேரங்களுக்கு பொற்கோயிலில் குண்டு சத்தம் தொடர்ந்து ஒலித்துக் கொண்டே இருந்தது. ராணுவ வீரர்களைத் தொடர்ந்து எட்டு பீரங்கி வண்டிகள் பொற்கோயிலுக்குள் நுழைந்தன. ஒரே குண்டு மழை, எங்கும் ரத்த வெள்ளம்.

இரண்டு நாட்களாக தொடர்ந்து நடந்த தாக்குதலில் பலியான வர்களின் சடலங்களால் பொற்கோயில் வளாகம் நிறைந்தது. பரிக்ரமா என்னும் அந்தப் புனித குளத்தில் ரத்த வெள்ளத்தோடு ஏராளமான குழந்தைகளும் பெண்களும் மிதந்தபடி இருந்தனர். அங்கிருந்து தப்பிச் செல்ல நினைத்த அப்பாவி மக்கள் பாதுகாப்புப் படையினர், பிந்தர்வாலே ஆதரவாளர்களுக்கு இடையே மாட்டிக் கொண்டதால் உயிர்ச்சேதம் அதிகமாக இருந்தது. பாதுகாப்புப் படையினரும் உள்ளே நுழைந்து சீக்கிய தீவிரவாதிகளைப் பிடித்துக் கொன்ற நேரத்தில், அப்பாவிகள் 50, 60 பேரை பிந்தரன்வாலேவின் ஆதரவாளர்கள் பிணையாகப் பிடித்து வைத்துக்கொண்டார்கள். உச்சக்கட்ட தாக்குதல் ஜூன் 5 தொடங்கி, மறுநாளும் நீடித்தது. சீக்கிய தீவிரவாதிகளைச் சுற்றி வளைத்து, அவர்களது தலைப்பாகையை அவிழ்த்து, கைகளைப் பின்னால் கட்டி நிற்க வைத்தார்கள். பின்னர், ஒவ்வொருவரையும் நெஞ்சில் சுட்டு வீழ்த்தினார்கள்.

எஞ்சியிருந்த பொது மக்களை ஆண்கள், பெண்கள் என தனித்தனியாகப் பிரித்தார்கள். தாக்குதல் ஆரம்பித்ததும் ஏன் பொற்கோயிலை விட்டு வெளியே வரவில்லை என்று ஒவ்வொரு வரிடமும் கேள்விகள் கேட்கப்பட்டன. 'துப்பாக்கி சத்தத்தைக் கேட்டு கோயிலுக்குள் ஒளிந்து கொண்டோம். வெளியேற நினைத்தபோது கதவுகள் வெளியே பூட்டப்பட்டிருந்தன' என்று

பதில் சொன்னவர்களெல்லாம் பத்திரமாக வெளியேற்றப்பட்டார்கள். சரியான பதில்களைச் சொல்லாத மக்களும் ராணுவத்தால் சுட்டுக்கொல்லப்பட்டார்கள். இவ்வாறு கொல்லப்பட்ட 70 பேர்களில் பெண்கள், முதியவர்கள், சீக்கிய இளைஞர்கள் என பலரும் இருந்தார்கள். பொற்கோயிலுக்குள் ராணுவம் நடத்திய படுகொலைகளுக்கும், அத்துமீறல்களுக்கும் ஏராளமானவர்கள் நேரடி சாட்சியமாக இருந்திருக்கிறார்கள்.

ஜூன் 6 அன்றைய தினத்தின் முடிவில் 83 ராணுவ வீரர்களும், 493 சீக்கிய தீவிரவாதிகளும் இறந்ததாக அரசின் செய்திக்குறிப்பு குறிப்பிட்டது. ஆனால், பலியானவர்களின் உண்மையான எண்ணிக்கை நிச்சயம் அதைவிட அதிகமாக இருந்திருக்கும். 1000 சீக்கிய தீவிரவாதிகள், 220 ராணுவ வீரர்கள் இருக்கலாம் என்று மதிப்பிடப்படுகிறது. புளூ ஸ்டார் நடவடிக்கைக்குப் பின்னரும் பஞ்சாபில் அமைதி திரும்பி விடவில்லை. ஊரடங்கு சில நாட்கள் தொடர்ந்தது. ஜூன் மாதம் முழுவதும் பத்திரிகைகள் ராணுவ நடவடிக்கை குறித்த செய்திகள் வெளியிட தடை விதிக்கப்பட்டது. தடையை மீறி செய்தி வெளியிட்ட இந்தியன் எக்ஸ்பிரஸ் மீது 29 வழக்குகள் தொடரப்பட்டன. ராணுவ நடவடிக்கையின் போது அப்பாவி சீக்கியர்கள் கொல்லப்பட்டதையும், பத்திரிக்கைகளுக்கு விதிக்கப்பட்ட கடுமையான கட்டுப்பாடுகள் பற்றியும் நியூயார்க் டைம்ஸ் விரிவாக செய்தி வெளியிட்டது.

தாக்குதலில் பொற்கோயிலின் ஒரு பகுதியாக இருந்த சீக்கியர்களின் நூலகம் அழிந்து போனது. சீக்கியர்களின் 600 ஆண்டுகால சரித்திரக் குறிப்புகள், மதகுருமார்களின் போதனைகள் தாக்குதலின்போது அழிக்கப்பட்டன. பொற்கோயில் வளாகத்தில் இருந்த நூலகம் முற்றிலுமாக அழிக்கப்பட்டது. ஏறக்குறைய 2000 நூல்கள் இருந்திருக்கலாம். சீக்கிய குருமார்களின் மூலப்பிரதிகள், ஆதிகிரந்தத்தின் கையெழுத்துப் பிரதிகள், ஓவியங்கள், பாடல்கள் அடங்கிய பல பண்பாட்டு ஆவணங்கள் அழிக்கப்பட்டதாக சீக்கியர்கள் குற்றம்சாட்டினார்கள். இது தவிர விலைமதிப்பற்ற கலைப்பொருட்களும், ஆபரணங்களும் காணாமல் போயின. ஹர்மந்திரில் இருந்த முக்கியமான கோப்புகள், கடிதங்களையும் காணவில்லை. குறிப்பாக, பிந்தரன்வாலேவுக்கு இந்திரா காந்திய எழுதிய கடிதங்கள்!

இந்திராவுக்கும் பிந்தரன்வாலேவுக்கும் இடையே நடந்த கடிதப் பரிமாற்றங்களில் என்ன எழுதப்பட்டிருந்தது என்பது இன்று வரை மர்மமாகவே நீடிக்கிறது. இந்திரா காந்தி, தீவிரவாதத்திற்கு எதிராக

இரும்புக்கரம் கொண்டு செயல்பட்டவராக நம்பப்பட்டாலும் காஷ்மிர், பஞ்சாப், அசாம், தமிழ்நாடு போன்ற மாநிலங்களில் செயல்பட்ட இனவாதப் போராளிக்குழுக்களுக்கு மறைமுக உதவிகளைச் செய்திருக்கிறார் என்பதை மறைக்கமுடியாது. பிந்தரன்வாலே வசமிருந்த கடிதங்கள் கைப்பற்றப்பட்டன அல்லது அங்கேயே தீக்கிரையாக்கப்பட்டன. கொலை, கொள்ளை ஆகியவற்றால் பொற்கோயிலின் புனிதத் தன்மை கெட்டுவிட்டதாக இந்திய ராணுவத்தின் மீது கண்டனம் எழுந்தது. தீவிரவாதிகளுடன் சற்றும் தொடர்பில்லாத அப்பாவி பொதுமக்கள் பலர் கொல்லப்பட்டார்கள் என்னும் செய்திதான் உலகளவில் பலரை உலுக்கியது.

சீக்கிய தீவிரவாதிகளை அப்பாவி பொதுமக்களிடமிருந்து பிரித்துப் பார்க்க ராணுவம் தவறிவிட்டது வெளிப்படையாகத் தெரிந்தது. இறுதிச் சடங்குகள் செய்ய சடலங்கள் அவர்களது உறவினர்களிடம் ஒப்படைக்கப்படவில்லை. இறந்தவர்கள் பட்டியல்கூட வெளியிடப் படவேயில்லை. அவசர அவசரமாக பொற்கோயில் வளாகத்திலேயே தகனம் செய்யப்பட்டன. 470 உடல்கள் உடனுக்குடன் தகனம் செய்யப்பட்டுவிட்டதால், தடயங்கள் அழிக்கப்பட்டுவிட்டன. பொற்கோயிலில் செய்த தவறுகளை மறைக்க இந்திரா காந்தி அரசு நாடகமாடுகிறது என்று ஊடகங்கள் தொடர்ந்து எழுதின.

ஜூன் 10. மாநிலத்தில் ஊரடங்கு விலக்கிக் கொள்ளப்பட்டது. ஆனால், அமைதி திரும்பவில்லை. ஆயிரக்கணக்கான பஞ்சாபியர்கள் ரயில் நிலையங்களிலும், பேருந்துகளிலும் ஊர் திரும்புவதற்காக காத்துக்கொண்டிருந்தார்கள். மாநிலம் முழுவதும் இந்திய ராணுவ வீரர்களை பார்க்க முடிந்தது. அமிர்தசரஸில் மட்டும் மேலும் ஒரு வாரத்துக்கு ஊரடங்கு நீடித்தது. அடுத்து வந்த ஐந்து ஆண்டுகளுக்கும் பஞ்சாப் மாநிலம் பதட்டமான நிலையிலேயே இருந்தது. 1989 வரை பஞ்சாப் மாநிலத்தில் வெளிநாட்டுப் பயணிகள் எவரும் அனுமதிக்கப்படவில்லை. கடுமையான சென்ஸார் அமலில் இருந்தது.

புளூ ஸ்டார் நடவடிக்கைகள் முடிந்ததுமே இந்திராகாந்தி சுதாரித்துக் கொண்டுவிட்டார். ராணுவ நடவடிக்கையைத் தவிர்த்திருக்கலாம் என்று நினைத்தார். அவசரப்பட்டதால் விளைந்த தவறுகள் அப்பட்டமாகத் தெரிந்தன. உயர் பதவிகளில் இருந்த சீக்கிய அதிகாரிகள், பொற்கோயில் தாக்குதலை கண்டித்து பதவிகளை ராஜினாமா செய்தார்கள். ராணுவத்திலிருந்தும் சீக்கியர்கள் ஏராள மானவர்கள் விலகினார்கள். இந்திய ராணுவத்தின் படைகளில் 10

முதல் 12 சதவீதம் பங்கு வகித்த சீக்கியர்கள் பற்றி ஏற்கெனவே பார்த்தோம்.

பொற்கோயில் நடவடிக்கை தவறு என்று உணர்ந்துகொண்டாலும், பஞ்சாப் மாநிலத்தில் சட்டம் ஒழுங்கு விஷயத்தில் டெல்லி கடுமை காட்டியது. பொற்கோயில் நடவடிக்கைக்கு சீக்கியர்கள் பழிக்குப்பழி தீர்ப்பார்கள் என்று வந்த செய்தியை டெல்லி அலட்சியப்படுத்திவிடாமல் கடுமையான நடவடிக்கைகளை எடுத்தது. பொற்கோயிலில் சீக்கிய தீவிரவாதிகளுக்கும் பாகிஸ்தானுக்கும் உள்ள தொடர்புகள் பற்றிய செய்திகள் கிடைத்திருப்பதாகவும் பாகிஸ்தானுடனான இன்னொரு போர் தவிர்க்க முடியாது என்று இந்திரா காந்தி நம்புவதாகவும் செய்திகள் வெளியாகின. நவம்பர் மாதத்தில் குருநானக் பிறந்த நாளையொட்டி போரைத்தொடங்குவது என்றும் ஜலந்தர், குருதாஸ்பூர், கபுர்தலா மாவட்ட எல்லைகளின் வழியாக பாகிஸ்தான் மீது தாக்குதல் நடத்துவதன் மூலம் சீக்கிய தீவிரவாதிகளை ஒடுக்குவது, பாகிஸ்தானுக்கும் எச்சரிக்கை விடுப்பது என்பதுதான் இந்திராவின் திட்டமாக இருந்தது. படுகொலை செய்யப்படுவதற்கு 3 நாள்கள் முன்பாக பாகிஸ்தான் தாக்குதலை எதிர்கொள்ள தயாராக இருக்கும்படி ராணுவத்திற்கு இந்திரா செய்தி அனுப்பியதாகவும் தகவல் உண்டு.

புளூ ஸ்டார் நடவடிக்கையின் தொடர்ச்சியாக பஞ்சாப் மாநிலம் முழுவதும் 1500 சீக்கிய தீவிரவாதிகள் கைது செய்யப்பட்டார்கள். ஆனால், உண்மையான எண்ணிக்கை அதை விட மூன்று மடங்கு இருக்கக்கூடும். 4220 சீக்கியர்கள் கைது செய்யப்பட்டு, விசாரணையின்றி சிறையில் அடைக்கப்பட்டார்கள். ராணுவ நடவடிக்கைக்கு பயந்து பல சீக்கிய இளைஞர்கள் பாகிஸ்தானுக்கு தப்பிச் சென்றதாகவும் கூறப்பட்டது. சீக்கிய தீவிரவாதத்தை அடியோடு நசுக்கவேண்டும் என்னும் குறிக்கோளுடன் ஆபரேஷன் வுட்ரோஸ் நடவடிக்கை தொடர்ந்தது. தீவிரவாதம் பேசும் சீக்கிய இளைஞர்களை முடக்குவதுதான் முக்கிய நோக்கம்.

பொற்கோயில் தொடர்ந்து ராணுவத்தின் கட்டுப்பாட்டில் இருந்தது. ராணுவம் வெளியேறினால் மீண்டும் தீவிரவாதிகள் உள்ளே புகுந்து விடுவார்கள் என்று ராணுவம் விளக்கம் தந்தது. பொற்கோயிலின் புனிதத்தைக் காப்பாற்றும் விதமாக உடனடியாக ராணுவம் வெளியேற வேண்டும் என்று அகாலி தளம் போராட்டத்தில் இறங்கியது. அகாலி தளத்தலைவர்கள் அடுத்தடுத்து கைது செய்யப் பட்டார்கள். பொற்கோயில் வளாகத்தில் தொடர்ந்து போராட்டங்கள்

நடத்தப்பட்டன. சீக்கியப் பெண்களும் போராட்டத்தில் குதித்தார்கள். மத்திய அரசை கண்டிக்கும் விதமாக கருப்பு உடைகள் அணிந்து, பொற்கோயிலை நோக்கி ஊர்வலம் சென்றார்கள். விளைவு? போராட்டத்தை அடக்க, பொற்கோயில் வளாகத்தில் கூடுதலாக ராணுவப்படை குவிக்கப்பட்டது.

அடுத்து வந்த இரண்டு மாதங்களுக்கும் பொற்கோயில் ராணுவத்தின் கட்டுப்பாட்டில் தொடர்ந்து இருந்தது. புனிதத்தன்மை கெட்டு விட்டது, பிரார்த்தனைகள் தடைபட்டுள்ளன என்று சீக்கியர்கள் கடும் கோபத்தில் இருந்தார்கள். இந்திராவின் அரசோ, மௌனமாக இருந்தது. இன்னொரு எமர்ஜென்ஸிக்கு இந்திரா தயாராக இல்லை. எமர்ஜென்ஸி நேரத்தில் உலக நாடுகளின் ஆதரவில்லாமல் தனிமைப்படுத்தப்பட்டு, மாநிலக்கட்சிகளால் தோற்கடிக்கப்பட்டது போல் இம்முறை அசிரத்தையாக இருந்துவிடக்கூடாது என்று நினைத்தார். காலிஸ்தான் விடுதலை அமைப்பைச் சேர்ந்த ஜெகஜித் சிங் சௌகான், புளூ ஸ்டார் நடவடிக்கை முடிந்த நேரத்தில இந்திரா காந்தியை எதிர்த்து பிபிசிக்கு ஒரு பேட்டி கொடுத்திருந்தார். அது உலகம் முழுவதும் ஒலிபரப்பப்பட்டு, சீக்கியர்கள் மத்தியில் பெரிய சலசலப்புகளை ஏற்படுத்தியிருந்தது. காலிஸ்தான் விடுதலை இயக்கத்திற்கு அனுதாபத்தோடு ஆதரவும் பெருகியது.

வெளிநாட்டிலிருந்து வரும் உதவிகளை தடுப்பதற்காக லண்டன் உள்ளிட்ட நாடுகளைத் தொடர்பு கொண்டார் இந்திரா. லண்டனிலிருந்து செயல்பட்டு வந்த காலிஸ்தான் அமைப்பைகளை முடக்குவதுதான் இந்திராவின் திட்டம். இங்கிலாந்து பிரதமர் தாட்சருக்கு கடிதம் எழுதினார். அமைதியைக் கொண்டுவரும் அனைத்து நடவடிக்கைகளுக்கும் துணை நிற்பதாக தாட்சர் பதில் எழுதியிருந்தார். இந்திராவின் வேண்டுகோளை ஏற்று, லண்டனில் சிறப்புப் பாதுகாப்புப்படை அமைக்கப்பட்டது. இந்திராவின் உயிருக்கு ஆபத்து இருப்பதை முதலில் எச்சரித்தது லண்டன்தான்.

உள்நாட்டிலோ அகாலி தளத்தின் போராட்டம் தீவிரமடைந்திருந்தது. காலிஸ்தான் கோரிக்கையை முன்வைக்காவிட்டாலும், ராணுவத்திட மிருந்து பொற்கோயிலை மீட்டெடுக்கவேண்டும் என்பதில் அகாலி தளம் உறுதியாகப் போராடிக் கொண்டிருந்தது. மத ரீதியாகப் புண்பட்டிருந்த சீக்கிய இனத்தவருக்கு முதலில் தேவைப்பட்ட ஒத்தடம் அதுதான். செப்டெம்பர் மாதம், ஜனாதிபதி ஜெயில் சிங் முன்னிலையில் பிரதமர் இந்திராவுக்கும் அகாலி தள தலைவர் களுக்கும் இடையே ஒரு ஒப்பந்தம் உருவானது. அதன்படி பொற்கோயிலில் இருந்து ராணுவம் விலக்கிக் கொள்ளப்பட்டது.

அக்டோபர் 1. திடீர் திருப்பமாக, ராணுவம் திரும்பவும் பொற் கோயிலுக்குள் நுழைந்தது. 300 சீக்கியர்கள் கைது செய்யப் பட்டார்கள். பொற்கோயில் மீண்டும் தீவிரவாதிகளின் கட்டுப் பாட்டில் வரும் அபாயமிருப்பதால் ராணுவம் உள்ளே வரவேண்டி யிருந்தது என்று விளக்கம் தந்தார், மத்திய உள்துறைச் செயலாளர். பஞ்சாபில் ஜனாதிபதி ஆட்சியை மேலும் ஆறு மாதங்களுக்கு நீட்டிக்க செய்யப்பட்டது. இதன் மூலம் காலிஸ்தான் தீவிரவாதி களின் நடவடிக்கையை முற்றிலுமாக தடுத்துவிடமுடியும் என்று நம்பினார் இந்திரா.

எண்பதுகளின் ஆரம்பத்தில் காலிஸ்தான் விடுதலை இயக்கம், செல்வாக்கை இழந்து தடுமாறிக் கொண்டிருந்தது. எழுபதுகளில் இருந்த வேகமோ, உற்சாகமோ சீக்கிய இளைஞர்கள் மத்தியில் இல்லையென்று சொல்லலாம். தனிநாடு என்பதைவிட சீக்கியர்கள் பெரும்பான்மையினராக உள்ள தனிமாநிலத்தையே சீக்கியர்கள் விரும்பினார்கள். ஒருங்கிணைந்த பஞ்சாப் மாநிலத்தை உருவாக்கு வதுதான் அவர்களது புதிய கனவு. ஒருவேளை புளூ ஸ்டார் நடவடிக்கை மேற்கொள்ளப்பட்டிருக்காவிட்டால் காலிஸ்தான் இயக்கம் தானாகவே வலுவிழந்திருக்கும். ஆபரேஷன் புளூ ஸ்டாரும் அதைத் தொடர்ந்து நடைபெற்ற ஏராளமான ராணுவ நடவடிக்கைகளும் அடுத்து வந்த பத்தாண்டுகள் பஞ்சாபின் அமைதிக்கும், ஜனநாயகத்திற்கும் பெரும் பின்னடைவை ஏற்படுத்தி விட்டன.

ஆபரேஷன் புளூ ஸ்டார், வெற்றியா தோல்வியா? இந்திரா காந்திக்கே பதில் தெரியாத கேள்வி என்றுதான் சொல்லவேண்டும். சீக்கிய சமூகத்தினரின் உள் மனதில் ஏற்பட்ட ஆழமான காயத்தை யாராலும் மறுக்கவோ, மறைக்கவோ முடியாது. புளூ ஸ்டார் நடவடிக்கை தேவைதானா என்னும் கேள்வி, சீக்கியர்கள் மட்டுமல்லாமல் வரலாறு மற்றும் அரசியல் ஆய்வாளர்கள் மத்தியில் கடந்த 30 ஆண்டுகளாக விவாதிக்கப்பட்டு வருகிறது. ஒரு பக்கம் தீவிரவாதத்திற்கு எதிரான நடவடிக்கைகளை முடுக்கிவிட்டாலும், இன்னொரு பக்கம் ஆறாத காயங்களுக்கு ஒத்தடம் தரும் முயற்சியில் இந்திராகாந்தி அரசு இறங்கியிருந்தது. ஆனாலும், முயற்சி கைகூட வில்லை. இந்திராவின் படுகொலைக்கும், அதைத்தொடர்ந்து நடைபெற்ற டெல்லி கலவரங்களுக்கும் காரணமாக இருந்ததோடு, 1993 வரை காலிஸ்தான் விடுதலை கோஷம் தொடர்ந்து ஒலித்திட ஆபரேஷன் புளூ ஸ்டார் முக்கிய காரணமாக இருந்தது.

6

இந்திரா படுகொலை

30 அக்டோபர். புவனேஸ்வரில் நடைபெற்ற தேர்தல் பிரசாரக் கூட்டத்திற்கு வந்திருந்தார் இந்திரா காந்தி. அவர் கலந்து கொண்ட கடைசி பொதுக்கூட்டம். பொதுக்கூட்டத்தில் பேசும்போது, 'இன்றே நான் இறந்துபோனாலும், நான் சிந்தும் ஒவ்வொரு ரத்தத் துளியும், நாளைய தேசத்தின் நலனுக்கு வலு சேர்க்கும். இறந்து போவதைப் பற்றி எனக்கு எந்தக் கவலையுமில்லை. நீண்ட நாள் வாழ்ந்துவிட்டேன். இதுவரை மக்களுக்கு சேவை செய்ய வாய்ப்பு கிடைத்ததையே பெருமையாக நினைக்கிறேன். என்னுடைய இறுதி மூச்சு உள்ளவரை அதை தொடர்ந்து செய்வேன்' என்றார்.

அன்றே டெல்லி திரும்பியவர், மறுநாள் காலை 9:20 மணிக்கு சப்தஜங் சாலையில் இருந்த வீட்டிலிருந்து தன்னுடைய அலுவலகத்திற்கு வந்துகொண்டிருந்தார். பீட்டர் உஸ்டினோ என்னும் பிரிட்டிஷ் நடிகரின் ஆவணப்படத்திற்கான நேர்காணல் நடைபெறவிருந்தது. இந்திரா காந்தியுடன் அவரது தனிச் செயலாளரான ஆர்.கே. தவண் உடனிருந்தார். சிமெண்ட் பாதையை ஒட்டி, விக்கெட் கேட் வழியில் சப்-இன்ஸ்பெக்டர் பியாந்த் சிங்கும் சற்று தள்ளி கான்ஸ்டபிள் சர்வந்த் சிங்கும் கையில் துப்பாக்கியோடு காவலுக்கு இருந்தார்கள்.

இந்திரா அருகே நெருங்கியதும் பியாந்த் சிங் தன்னுடைய பிஸ்டலால் மூன்று முறை சுட்டார். நிலை தடுமாறி சுருண்டு விழுந்த இந்திராவை இருவரும் சூழ்ந்துகொண்டார்கள். 'போலே சோ நிஹல், சாத் ஸ்ரீ அகல்' என்று கோஷமிட்டபடி வந்த சத்வந்த் சிங்,

தன்னிடமிருந்த ஸ்டென் கன்னால் முப்பது ரவுண்டுகள் சுட்டார். பின்னர் துப்பாக்கிகளை அங்கேயே விட்டுவிட்டு இருவரும் சரணடைந்தார்கள். 'நாங்கள் என்ன செய்யவேண்டுமோ அதைச் செய்து விட்டோம். இனி நீங்கள் என்ன செய்ய விரும்புகிறீர்களோ அதைச் செய்யுங்கள்' என்று பியாந்த் சிங் சொல்லிக் கொண்டிருந்த போது பாதுகாப்பு படையினர் அவர்களைச் சுற்றி வளைத்துக் கொண்டார்கள்.

பிரதமர் அலுவலகத்திற்கு அருகே ஆம்புலன்ஸ் ஏதுமில்லை. முதலுதவி தவிர வேறு மருத்துவ வசதிகளும் இல்லை. அப்படி ஏதாவது இருந்தாலும் இந்திராவின் உயிரை காப்பாற்றியிருக்கவும் வாய்ப்பில்லை. சுடப்பட்ட 33 குண்டுகளில் 30 குண்டுகள் அவரது உடலை உரசியிருந்தன. 23 குண்டுகள் அவரது உடலை துளைத் திருந்தன. அங்கிருந்து 4 கிமீ தூரத்தில் உள்ள எய்ம்ஸ் மருத்துவ மனைக்கு அம்பாசிடர் காரில் எடுத்துச் செல்லப்பட்டார். மாமியாரை மடியில் படுக்கவைத்து கொண்டு சென்றது மூத்த மருகளான சோனியா காந்தி. எய்ம்ஸ் மருத்துவமனையில் அனுமதிக்கப்பட்ட இந்திரா, உயிருக்குப் போரடிக்கொண்டிருப்பதாகத் தெரிவிக்கப் பட்டது. பின்னர் பல மணி நேரங்கள் கழித்து, மதியம் 2.20 மணிக்கு அவரது மரணம் அறிவிக்கப்பட்டது. அதற்கு ஒரு மணி நேரம் முன்னதாகவே லண்டனிலிருந்து வெளியின பிபிசியின் செய்தியறிக்கை இந்திரா காந்தி இறந்த செய்தியை தெரிவித்திருந்தது. அதிகாரப்பூர்வமான அறிவிப்பு வெளியாவதற்கு ஏனோ சில மணி நேரங்களானது.

இந்திராவைச் சுட்டபிறகு என்ன நடந்தது என்பதுதான் கேள்விக் குறியாக இருக்கிறது. பியாந்த் சிங்கும், சத்வந்த் சிங்கும் யாருடைய உத்தரவின்படி யாருடைய கட்டளையை நிறைவேற்றினார்கள், பின்னணியில் இருந்தவர்கள் குறித்த கேள்விகள் எழுந்தன. சம்பவத்திற்கு பிறகு ஆயுதங்களைத் துறந்து, இருவரும் அமைதியாக சரணடைந்தாலும், தப்பிக்க முயற்சி செய்ததாக காரணம் காட்டி, பியாந்த் சிங் சுட்டுக்கொல்லப்பட்டார்.

இருவரையும் விசாரணை அறைக்கு அழைத்துச் சென்ற பாதுகாப்புப் படையினர், குறிப்பாக அப்போது பணியில் இருந்த இந்தோ திபேத்திய எல்லை காவல்படையினர் வாக்குவாதத்தில் ஈடுபட்ட தாகவும், தலைப்பாகையை அவிழ்க்க முயற்சி செய்ததாகவும் அப்போது நடந்த கைகலப்பில் பியாந்த் சிங், ஆயுதத்தைப் பறித்து தாக்க முயற்சி செய்தததால் சுடப்பட்டதாகவும் கூறப்படுகிறது. இன்னொரு புறம், வழக்கு, விசாரணை, நீதிமன்றம் என பல

அலைக்கழிப்புகளை தவிர்க்க, பியாந்த் சிங்கே தூண்டியதால் அவர் சுடப்பட்டதாகவும் சொல்லப்பட்டது. என்ன நடந்தது என்பது இன்று வரை மர்மமாகத்தான் தொடர்கிறது.

பியாந்த சிங்கை சுட்ட ஐடிபிபி பாதுகாப்புப் படையினரிடம் விசாரணை மேற்கொண்டபோது, 'நாங்களெல்லாம் காமாண்டோ படையினர், ஆயுதமேந்தி தாக்க நினைப்பவர்களைச் சுடுவதற்கு நாங்கள் யாரிடமும் உத்தரவு கேட்க தேவையில்லை' என்றார்கள். ஆயுதங்களைத் தரையில் போட்டுவிட்டு சரணடைந்த பியாந்த் சிங், மீண்டும் ஆயுதமேந்த வேண்டிய அவசியம் ஏன் வந்தது? ஏன் தப்பிக்க முயற்சி செய்தார்? தன்னுடைய உயிரையும் பணயம் வைத்து இத்தகைய செயலை செய்ய வேண்டிய அவசியம் ஏன்? ஏன் சத்வத் சிங் தப்பிக்க முயற்சி செய்யவில்லை? ஏராளமான கேள்விகள். எதற்கும் பதில் இல்லை.

ஒருவேளை பியாந்த் சிங் உயிரோடு பிடிக்கப்பட்டிருந்தால் சதித்திட்டத்தின் பின்னணி குறித்து முழுமையாகத் தெரிந்திருக்க லாம். பியாந்த் சிங், இந்திராவின் நம்பிக்கைக்குரிய பாதுகாவலராகத் தான் இருந்தார். புளூ ஸ்டார் நடவடிக்கைக்குப் பின்னரும் இந்திராவின் மீதான மதிப்பு குறையவில்லை. பியாந்த் சிங்கின் உறவினர் கேஹர் சிங் அவரது மனதை மாற்றியதாகக் கூறப்படுகிறது. பியாந்த் சிங், பஞ்சாப் சென்று பொற்கோயில் இடிபாடுகளையும், அங்கு நடந்த கொடுமைகளைப் பற்றி கேள்விப்பட்டதும் அவரது மனம் மாறிவிட்டது.

சத்வாத் சிங்குக்கு அப்போது வயது 22. ஒரு சில மாதங்களுக்கு முன்னர்தான் பணியில் சேர்ந்திருந்தார். அவருக்கு திருமணம் நிச்சயிக்கப்பட்டிருந்தது. இந்திராவின் உயிருக்கு சீக்கியர்களால் ஆபத்து வரும் என்று உளவுத்துறை எச்சரிக்கை இருந்த நேரத்தில் பியாந்த் சிங்கையும் சத்வந்த் சிங்கையும் ஒரிடத்தில், ஒரே நேரத்தில் பணியாற்ற அனுமதியளித்தது யார் என்பது இன்னும் சர்ச்சைக் குரியதாக இருக்கிறது. சந்தேகத்தின் ஊசிமுனை, இந்திராவின் தனிச்செயலாளரான ஆர்.கே. தவண் பக்கமே இருந்தது. ஆனாலும், மேற்கொண்டு விசாரணைகளை தொடர போதுமான ஆதாரமில்லை.

சீக்கிய தீவிரவாத அமைப்புகள், பியாந்த் சிங்கின் பின்னணியில் இருந்து இயக்கின என்றும், ஆபரேஷன் புளூ ஸ்டார் போல் டெல்லி தலைமை மீது சீக்கிய அமைப்புகள் நடத்திய ஆபரேஷன் ஷாந்தி என்றும் வதந்திகள் இருந்தன. சிஐஏவிடமிருந்து 50 ஆயிரம் டாலர் பெற்றுக்கொண்டு பியாந்த் சிங் திட்டத்தை நிறைவேற்றியதாகவும்

கூறப்பட்டது. 'இதில் எந்தவொரு அமைப்பின் பின்னணியும் இல்லை. புளூ ஸ்டார் நடவடிக்கைக்குப் பின்னர் பொற்கோயிலுக்கு சென்றுவிட்டு வந்த அப்பா, மனதளவில் தளர்ந்து போயிருந்தார். அப்பாவுடன் சத்வத் சிங்கும் பொற்கோயிலுக்கு போயிருந்தார். அங்கு நடந்த தாக்குதல்களையும் பேரழிவுகளையும் அதன் பின்னணியையும் நேரில் பார்த்த பின்னர் இந்திரா காந்தியை கொலை செய்யும் முடிவுக்கு வந்தார். இருவருமே அவரவர் எடுத்த சொந்த முடிவு. அவர்களது உணர்வுகளை நான் மதிக்கிறேன்' என்கிறார் சரப்ஜித் சிங், பியாந்தின் சிங்கின் மகன்.

சண்டிகரின் மலோயா கிராமத்தைச் சேர்ந்த பியாந்த் சிங்கிற்கு அப்போது வயது 25. ஐந்து வயதில் ஒரு மகனும், கைக்குழந்தையாக இன்னொரு மகனும் இருந்தார்கள். பொற்கோயிலுக்கு சென்றுவிட்டு வந்ததும் தன்னுடைய எஜமானி, இந்திரா காந்தியை பழிக்குப் பழி தீர்க்கவேண்டும் என்று முடிவெடுத்தது, உணர்ச்சி வேகத்தில் முடிவெடுக்கப்பட்டதே தவிர வேறெந்த முன்திட்டங்களும் இல்லை. திட்டத்தை நிறைவேற்ற, அவர் யாருடைய உதவியையும் நாடவில்லை. பின்னாளில் பியாந்த் சிங்கின் மனைவி, சீக்கியர்களின் கணிசமான ஆதரவைப் பெற்று நடாளுமன்ற உறுப்பினரானார். பியாந்த் சிங், சத்வத் சிங், கேஹர் சிங் மூவரையும் பொற்கோயில் அகல் தக், தியாகிகள் என்று பெருமைப்படுத்தியது.

இன்னொரு மெய்க்காப்பாளரான சத்வந்த் சிங்கைக் கடுமையான சித்ரவதைக்கு உள்ளாக்கியும் காவல்துறையில் உபயோகமான எந்த தகவலையும் பெறமுடியவில்லை. சதித்திட்டத்தில் நேரடியாக அவர் சம்பந்தப்பட்டிருக்க வாய்ப்பில்லை என்கிற முடிவுக்கு வந்தார்கள். சத்வத் சிங், இந்திரா காந்தி இல்லத்தில் இரவு நேரப் பணியில் இருந்தவர். பியாந்த் சிங்கிற்கோ காலை நேரப்பணி. தானும் காலை நேரத்தில் பணியாற்ற வேண்டும் என்று சத்வத் சிங் மாற்றல் கேட்டிருந்தார். பியாந்த் சிங்கின் ஆலோசனைப்படி வயிற்றுப்போக்கு என்று காரணம் காட்டி, கழிப்பிடத்திற்கு அருகிலுள்ள பணியிடத்தில் இருக்கவும் அனுமதி பெற்றிருந்தார். இருவருக்கும் ஓரிடத்தில் இணைந்து பணி செய்யும் வாய்ப்புக் கிடைத்தது. தாங்கள் நினைத்ததை வெற்றிகரமாக செய்து முடித்தார்கள்.

புளூ ஸ்டார் நடவடிக்கைக்குப் பின்னர் சீக்கியர்களுக்கு அடுத்தடுத்து நெருக்கடிகளைத் தந்தார் இந்திரா. பாகிஸ்தானோடு மோதுவதற்கு பஞ்சாபைப் பகடையாகப் பயன்படுத்துகிறார் என்னும் செய்திகள் சீக்கியர்களிடையே எடுபட்டன. அதை விட, பொற்கோயில் மீதான தாக்குதல் சீக்கியர்களை மனதளவில் பாதித்து, வெறுப்பின் உச்சிக்கே

கொண்டுபோய்விட்டது. பியாந்த் சிங்கும், சத்வத் சிங்கும் அந்த வெறுப்பை பிரதிபலித்தார்கள்.

இந்திரா படுகொலை சதித்திட்டம் பற்றி தெரிந்து கொள்வதில்தான் மக்களின் கவனம் இருந்தது. சந்தேக நிழல் எங்கு தெரிந்தாலும் ஊடகங்கள் துரத்தின. ஒவ்வொரு நாளும் ஒவ்வொரு திரைக் கதையுடன் பத்திரிக்கைகள் பல தொடர்கதைகளை முன்வைத்தன. இதனால், சீக்கிய கலவரம் பற்றிய விபரங்கள் பின்னுக்குத் தள்ளப்பட்டன. விசாரணைக்குப் பின்னர் சத்வத் சிங்கிற்கு மரண தண்டனை விதிக்கப்பட்டது. 1989ல் சத்வத் சிங்கும் கேஹர் சிங்கும் தூக்கிலிடப்பட்டார்கள். நீதிமன்ற விசாரணை இறுதிக்கட்டத்தை அடைவதற்கு முன்பே தூக்குத் தண்டனை என்பது உறுதியாகி விட்டது.

சத்வித் சிங், சிறிதும் தளரவில்லை. ‘என்னுடைய இனத்தைக் காப்பதற்காக உயிர்த்தியாகம் செய்ய தயாராக இருக்கிறேன். என்னுடைய கண்களைத் தானமாக கொடுத்துவிடுங்கள். இந்துவுக்கோ, முஸ்லிமுக்கோ, கிறிஸ்தவருக்கோ அல்லது எந்த சமயத்தையும் சாராதவர்களுக்கு கூட அதை பொருத்தச் செய்யுங்கள். எனக்கு எந்த மதத்தின் மீதும் வெறுப்பில்லை. என்னுடைய கடமைகளைச் செய்து முடித்துவிட்டேன். இந்திரா காந்தி போன்று நம்முடைய இனத்திற்கு எதிராக செயல்படுவர்கள் எவராக இருந்தாலும் அவர்களைத் தடுத்து நிறுத்த நான் மீண்டும் பிறப்பேன். என்னுடைய உயிர்த்தியாகத்துக்காக யாரும் யாரையும் பழிவாங்க வேண்டாம். இந்துக்களைத் தாக்கவேண்டாம். அப்படிச் செய்தால், நமக்கும் ராஜிவ் காந்திக்கும் இடையே வித்தியாசமே இல்லாமல் போய்விடும்’

ராஜிவ் காந்திக்கும் தனக்கும் நிறைய வித்தியாசம் உண்டு என்று நிறுவ முயற்சித்ததன் மூலமாக சத்வத் சிங் சொல்ல வந்த விஷயம் என்ன? இந்திரா காந்தியின் படுகொலை செய்தி கேள்விப்பட்டதும் ராஜிவ் என்ன செய்தார்? மூன்று நாட்கள் தொடர்ந்து நடந்த சீக்கியர்களுக்கு எதிரான தாக்குதலில் ராஜிவ் காந்தியின் பங்கு என்ன? கேள்வி களுக்கான பதிலைத் தொடர்ந்து அலசுவோம்!

7

கலவரப் பாதை

1984, *அக்டோபர் 31. காலை 9:30 மணி.* தேசிய ஒருமைப்பாடு தினக் கொண்டாட்டம் நடைபெற்றுக்கொண்டிருந்தது. டெல்லியின் காவல்துறை தலைமை ஆணையராக இருந்த பி.ஜி. கவாய், உளவுத் துறை தலைவர், உள்துறை அமைச்சகத்தைச் சேர்ந்த பல அதிகாரிகளெல்லாம் அங்கே கூடியிருந்தார்கள். மேடையில் நடுநாயகமாக வீற்றிருந்த பி.ஜி. கவாயை நோக்கி, வயர்லெஸ் ஆப்பரேட்டர் தயங்கித் தயங்கி வந்தார். பிரதமரின் இருப்பிடத்தில் துப்பாக்கித் தாக்குதல் நடந்திருப்பதாக செய்தி வந்திருப்பதாகத் தெரிவித்தார். வழக்கமாக நடைபெறும் பாதுகாப்பு ஒத்திகைகளாக இருக்கலாம் என்றார்கள் உடனிருந்தவர்கள்.

வேறு ஏதோ விபரீதம் நடந்திருக்கிறது என்பது கவாய்க்குப் புரிந்துவிட்டது. உடனே அங்கிருந்து கிளம்பினார். அங்கிருந்தவர்களும் ஒவ்வொருவராக கிளம்ப ஆரம்பித்தார்கள். ஏதோ அசம்பாவிதம் நடந்திருக்கிறது என்பது மட்டும் கூட்டத்தினருக்கு புரிந்தது. சற்று நேரத்தில் இந்திரா சுடப்பட்டது குறித்த உறுதியான செய்திகள் வர ஆரம்பித்து விட்டன. கூடவே ஒரு வயர்லெஸ் செய்தி, *'காவல்துறையினர் அனைவரும் கிங்ஸ்வே கேம்ப் பகுதிக்கு உடனே வந்து சேரவும்!'*

டெல்லியின் கிங்ஸ்வே கேம்ப். டெல்லியின் ஒட்டுமொத்த காவல் படையும் அங்கே குவிக்கப்பட்டிருந்தது. காவல்துறையின் உயர்மட்ட அதிகாரிகள் தனி அறையில் பேசிக்கொண்டிருந்தார்கள். அதிரடிப்படையின் தலைவர் முதல் ஆயுதம் தாங்கிய காவல்

துறையினர் வரை அனைத்து குழுக்களும் அவசரக்கூட்டத்தில் பங்கெடுத்தார்கள். ஆயுதமேந்திய காவலர்கள் ஏறக்குறைய 4,500 பேர் குவிக்கப்பட்டிருந்தார்கள். வெளியே ஆறு பேருந்துகளில் ரிசர்வ் படையினரும் தயாராக வைக்கப்பட்டிருந்தார்கள்.

எத்தகைய பிரச்னையாக இருந்தாலும் நிலைமையைச் சமாளிக்க படைகள் போதுமானதாகவே இருந்தது. உதவி காவல் துறை ஆணையர்களில் ஏழெட்டு பேர், தங்களது படையைத் தயார் செய்து வைத்திருந்தார்கள். டெல்லியின் எந்த மூலைக்கு சென்று பணியாற்றவும் தயாராக காத்திருந்தார்கள். சேலத்தைச் சேர்ந்த காவல்துறை அதிகாரி மாக்ஸ்வெல் பெரைராவும் அவரது சக அதிகாரியுமான குமர் அஹமதும் மேலிடத்தின் உத்தரவிற்காகக் காத்திருந்தார்கள்.

டெல்லி முழுவதும் இந்திரா ஆதரவாளர்கள் கூட்டமாகக் கூடி, கோஷம் எழுப்ப ஆரம்பித்துவிட்டார்கள் என்கிற தகவல் வர ஆரம்பித்தன. மாக்ஸ்வெல் பெரைரா, தன்னுடைய பாஸ், கூடுதல் ஆணையர் குல்பீர் சிங்கிடம் உடனே பணிக்கு கிளம்புவதாகச் சொன்னார். மேலிடத்திலிருந்து செய்தி வரும் வரை காத்திருக்கலாம். இப்போதே களத்திற்குப் போய்விட்டால் பின்னர் அவசர உதவிக்கென வரும் அழைப்புகளை ஏற்கமுடியாமல் போய்விடும் என்று குல்பீர் சிங் மறுத்துவிட்டாராம். பெரைராவில் இன்னும் சில அதிகாரிகளும் களநிலை மோசமாக இருக்கிறது. உடனே நாம் செயல் பட்டாகவேண்டும் என்று பேசிப்பார்த்தார்கள். அவரோ உறுதியாக இருந்தார். வேறு வழியின்றி அங்கேயே சில மணி நேரங்கள் காத்திருக்க வேண்டியதாகிவிட்டது. முன்னரே களமிறங்கியிருந்தால் ஒரு சில உயிர்களையாவது காப்பாற்றியிருக்கலாம்.

டெல்லி மாநகரம் முழுவதும் ஏற்கெனவே பணியில் இருந்தவர் களையும் ஆயுதப்படை மைதானத்திற்கு வரவழைத்துவிட்டார்கள். ஆங்காங்கே இருந்தவர்களை அழைத்ததற்குப் பதிலாக, பணிகளைத் தொடருமாறு கேட்டுக்கொண்டு, சரியான உத்தரவுகளைப் பிறப்பித்திருந்தால் ஒருவேளை பல தாக்குதல்களைத் தடுத்திருக் கலாம். எல்லோரையும் ஓரிடத்தில் குவித்துவிட்டு, மேலிடத்தின் உத்தரவுக்காகக் காத்திருந்தார்கள்.

மதியம் வரை இந்திரா காந்தியின் உடல்நிலை குறித்து உறுதியான தகவல்கள் எதுவும் கிடைக்கவில்லை. எய்ம்ஸ் மருத்துவமனையில் உயிருக்குப் போரடிக்கொண்டிருக்கிறார் என்கிற செய்தியே தொடர்ந்து வந்தவண்ணம் இருந்தன. பிபிஸியின் செய்தி யறிக்கைக்குப் பின்னர் இந்திரா காந்தி மறைந்த செய்தி பரவலாகத்

தெரிய ஆரம்பித்து, பொது இடங்களில் மக்கள் கூட ஆரம்பித்துவிட்டார்கள்.

டெல்லியில் இந்திரா காந்தி சுடப்பட்டபோது, ராஜிவ் காந்தி மேற்கு வங்க மாநிலத்தின் மித்னாப்பூர் மாவட்டத்தில் சுற்றுப்பயணத்தில் இருந்தார். அவருடன் பிரணாப் முகர்ஜியும் உடன் இருந்தார். செய்தியைக் கேட்டதும் ஹெலிகாப்டரில் கல்கத்தா வந்து, அங்கிருந்து தனி விமானத்தில் டெல்லிக்கு வந்து சேர்ந்தார். மதியம் ஒரு மணியளவில் இந்திரா காந்தி இறந்துவிட்டதாக பிபிஸி செய்தியறிக்கை தெரிவித்தது. பாலம் விமான நிலையத்தில் கண்ணீரோடு இறங்கிய ராஜிவ், ஒரு மூத்த அதிகாரியிடம் ‘அவர்களுக்குப் பாடம் புகட்டியாக வேண்டும்’ என்றாராம். அந்த மூத்த அதிகாரி, ராஜிவ் காதில் ஏதோ கிசுகிசுக்க, ‘அதைப் பற்றியெல்லாம் என்னிடம் கேட்காதீர்கள்’ என்று பதில் வந்ததாம்.

மாலை 3 மணிக்கு மருத்துவமனை வளாகத்தில் காங்கிரஸ் பிரமுகர்கள் கூடினார்கள். இறுதிச் சடங்குகள் பற்றியும், அடுத்த கட்ட அரசியல் நடவடிக்கைகள் குறித்தும் ஆலோசனை நடத்தப்பட்டது. 4 மணியளில் ஹெச்.கே.எல் பகத், ல்லித் மகான், சஜன் குமார், தரம் தாஸ் சாஸ்திரி - அர்ஜுன் தாஸ் ஆகியோர் வெளியே வந்தார்கள். அடுத்த அரை மணி நேரத்தில் முதல் தாக்குதல்கள் ஆரம்பித்துவிட்டன. ஸ்கூட்டரில் சென்று கொண்டிருந்த சர்தார்ஜிகளைத் தடுத்து நிறுத்தி, தாக்குதல் நடத்தப்பட்டது.

விமான நிலையத்திலிருந்து அவ்வழியே மருத்துமனைக்கு வந்து கொண்டிருந்த குடியரசுத் தலைவர் ஜெயில் சிங்கின் காரும் தாக்குதலில் இருந்து தப்பவில்லை. காங்கிரஸ் பிரமுகர்கள் மட்டு மல்லாமல் பாதுகாப்பு பணியில் இருந்த காவல்துறையினரும் தன்னை உடனடியாக அங்கிருந்து கிளம்பிவிடும்படி அறிவுறுத்திய தாக குறிப்பிட்டார் ஜெயில் சிங். குடியரசுத் தலைவருக்கு எஸ்பிஜி, பிபிஜி பாதுகாப்பெல்லாம் அப்போது தரப்பட்டதில்லை. தரப்பட்டிருந்தாலும் இதே நிலைமைதான் ஏற்பட்டிருக்கும் என்பதிலும் சந்தேகமில்லை.

இந்திரா காந்தி, எய்ம்ஸ் மருத்துவமனையில் அனுமதிக்கப் பட்டவுடனேயே பாதுகாப்பு ஏற்பாடுகள் ஆரம்பமாகியிருக்க வேண்டும். குறைந்தபட்சம் ஆயுதமேந்தி பாதுகாப்புப் படையினரை மருத்துவ வளாகத்தில் நிறுத்தி, கூட்டத்தினரைக் கலைத்திருக்க வேண்டும். திரண்டிருந்த காங்கிரஸ் தொண்டர்களைப் பார்த்து மிரண்டோ அல்லது அழுது கொண்டோ இருந்தவர்களைக்கண்டு

காவல்துறை அனுதாபப்பட்டிருக்கவேண்டும். எதுவும் நடக்கவில்லை. ஏறக்குறைய 4 மணி நேரம் காவல்துறை அனைத்தையும் வேடிக்கை பார்த்துக்கொண்டிருந்தது. ஆரம்பத்திலேயே கூட்டத்தை கலைத்திருந்தால் அசம்பாவித சம்பவங்கள் நடைபெறாமல் தடுத்திருக்கமுடியும். அங்கே காவல்துறை உயர் அதிகாரிகளோ அல்லது போதுமான காவல்படையோ இல்லை. பாதுகாப்புப் படை மைதானத்தில் காத்திருக்க வைக்கப்பட்டவர்களில் ஒரு 200 பேரை இங்கே அனுப்பியிருந்தால் கூட நிலைமையை சமாளித்திருக்கலாம்.

காவல்துறை இணை ஆணையரான கன்வால்ஜித் தியோல், ஆயுதப்படை மைதானத்தில் பொறுப்பில் இருந்தார். அப்போது ஒன்பது மாத கர்ப்பிணியாக இருந்தார். இந்திரா சுடப்பட்டதைத் தொடர்ந்து, கடுமையான பணிகள் இருக்கக் கூடும் என்பதால் வீட்டிற்குச் சென்று ஓய்வெடுக்குமாறு சொல்லிவிட்டார்கள். அவரது வீடு, கித்வாய் நகர் கிழக்குப் பகுதியில் இருந்தது. ஆயுதப்படை மைதானத்திலிருந்து கிளம்பியவர் மதியத்திற்குள் வீட்டிற்கு வந்துவிட்டார். அவரது வீட்டிற்கு எதிரேதான் எய்ம்ஸ் மருத்துவமனை இருந்தது.

வீட்டுக்கு வந்ததும் தியோல், மொட்டை மாடிக்குச் சென்றார். அங்கிருந்து மருத்துவமனை வாசலில் திரண்டிருந்த மக்கள் கூட்டத்தைப் பார்க்க முடிந்தது. நூற்றுக்கணக்கான மக்கள், குறிப்பாக காங்கிரஸ் தொண்டர்கள் அழுதபடி இருந்தார்கள். கூட்டத்தில் நிறைய பெண்களும் இருந்தார்கள். நேரம் ஆக, ஆக கூட்டத்தின் எண்ணிக்கை பெரிதாகிக் கொண்டிருந்தது. அங்கே கூடியிருந்தவர்கள் கோஷமிட ஆரம்பித்தார்கள். கோஷம், உச்சஸ்தாயில் ஒலிக்க ஆரம்பித்தது. கூன் கா பத்லா கூன்! பழிக்குப் பழி, ரத்தத்துக்கு ரத்தம்!

எய்ம்ஸ் மருத்துவமனை வழியாகச் சென்ற ஒவ்வொரு வாகனமும் வழிமறிக்கப்பட்டது. ஒவ்வொரு பேருந்தையும் கைகாட்டி, நிறுத்தி, ஜன்னல் வழியாக எட்டிப்பார்த்து சீக்கியர்கள் யாராவது இருக்கிறார்களா என்று தேடினார்கள். தலைப்பாகையுடன் இருந்த சில சீக்கியர்களை உடன் பயணித்தவர்களே இருக்கைக்கு கீழே அமரவைத்து, கும்பலின் கண்களில் சிக்கிவிடாமல் காப்பாற்றினார்கள். எய்ம்ஸ் வளாகத்தில் நிற்காமல் சென்ற ஓர் அரசுப் பேருந்தை வழிமறித்தபோது, உள்ளே ஒரு சர்தார்ஜி தலைப்பாகையோடு உட்கார்ந்திருப்பதைக் கண்டுபிடித்துவிட்டார்கள். சுற்றி வளைத்த கூட்டம், டிரைவரை இழுத்து வெளியே தள்ளியது. பேருந்துக்குள் பாய்ந்து ஏறினார்கள்.

கும்பலைக் கண்டதும் பயந்துபோன சர்தார்ஜி, பேருந்திலிருந்து கீழே இறங்கி, ஓட ஆரம்பித்தார். அவர் தலையிலிருந்த தலைப்பாகை கழண்டு கீழே விழுந்தது. அதை சரி செய்தபடியே ஓடிக் கொண்டிருந்தபோது, அவரை 7, 8 பேர் பின்தொடர்ந்து துரத்தினார்கள்.

ஒட்டுமொத்த சம்பவத்தையும் மாடி மேலிருந்து பார்த்துக் கொண்டிருந்தார் தியோல். ஒன்பது மாத கர்ப்பிணியாக இருந்தாலும் யோசிக்காமல் சட்டென்று செயல்பட்டார். மாடியிலிருந்து கீழிறிங்கி வந்தவர், பேருந்து மறிக்கப்பட்ட இடத்தை அடைந்தார். அதற்குள் அந்த சர்தார்ஜியை பிடித்து, இழுத்து வந்து, தாக்க ஆரம்பித்திருந் தார்கள். கூட்டத்தை விலக்கிவிட்டு, உள்ளே சென்ற தியோல், கும்பலிடமிருந்து சர்தார்ஜியை மீட்டார். கூட்டம், தியோலுக்கு எதிராக திரும்பியது. கோஷமிட்டது. ஆனால், தியோல் காவல்துறை இணை ஆணையர் என்பது தெரிந்ததும், கும்பல் அங்கிருந்து ஓடிவிட்டது.

தியோல் போல் துரிதமாக செயல்பட்ட பல திறமையான காவல்துறை அதிகாரிகளும் களத்தில் இருந்தார்கள். தமிழரான பெரைரா, டெல்லி கலவரத்தின்போது சீக்கியர்களைப் பல தாக்குதல்களிலிருந்து காப்பாற்றியதன் காரணமாக ஹீரோவாக அறியப்படுகிறார். தாக்குதல்களைத் தடுப்பதற்கான முன்னேற் பாடுகளைத் திட்டமிடுவதில் ஏராளமான இணை, துணை ஆணையர்கள் ஈடுபட்டிருந்தார்கள். ஆனால், அவர்களுக்குப் போதுமான ஒத்துழைப்பு கிடைக்கவில்லை.

டெல்லியின் இணை ஆணையராக இருந்த சந்திர பிரகாஷ், சீக்கிய குடியிருப்புகள் மீதான தாக்குதல்களைப் பற்றி கேள்விப்பட்டவுடன் தன்னுடைய மேலிடத்தைத் தொடர்பு கொண்டார். ஊரடங்கு உத்தரவைப் பிறப்பிப்பதும், கூடுதல் உதவிக்கு துணை ராணுவப்படையை அழைப்பதும் நல்லது என்று கூடுதல் இணை கமிஷனராக இருந்த கௌதம் கௌலுக்கு செய்தி அனுப்பினார். அவரது யோசனை மறுக்கப்பட்டது. புதிய பிரதமரின் வீட்டில், உள்துறை அமைச்சர் முன்னிலையில் பாதுகாப்பு சம்பந்தமான உயர் அதிகாரிகளின் ஆலோசனைகள் நடந்து முடிந்துவிட்டதாகவும், மேலிடத்தின் முறையான உத்தரவுக்கு காத்திருப்பதாகவும் கௌல் தெரிவித்திருந்தார்.

டெல்லி, அப்போது யூனியன் பிரதேசமாக இருந்தது. காவல்துறைத் தலைவர், உள்துறை அமைச்சரின் நேரடி கட்டுப்பாட்டில் இருந்தார். புதிய பிரதமருடன், கலவர விஷயங்கள் குறித்து நரசிம்மராவ்

பேசினாரா என்பது தெரியவில்லை. என்ன விதமான முடிவுகள் எடுக்கப்பட்டன என்பதும் தெரியவில்லை. இறுதிச்சடங்குகள் செய்வது பற்றிய விஷயங்கள் மட்டுமே பேசப்பட்டதாக செய்திகள் வெளியாகின. பாதுகாப்பு முன்னேற்பாடுகள் குறித்து பேசப்பட வில்லை.

டெல்லி முழுவதும் ஊரடங்கு உத்தரவு பிறப்பித்து துணை ராணுவப் படையையும் உதவிக்கு அழைத்திருந்தால் அன்றிரவே கலவரங்களையும் தாக்குதல்களையும் நிச்சயம் கட்டுப்படுத்தியிருக்க முடியும். காவல்துறையினர் மட்டுமல்ல, ஆளுங்கட்சி, எதிர்க்கட்சி அரசியல்வாதிகள் மற்றும் அதிகாரிகள் மட்டத்திலிருந்தும் நிறையபேர் உள்துறை அமைச்சகத்தைத் தொடர்பு கொண்டு டெல்லியின் பதட்டமான சூழலை விவரித்திருக்கிறார்கள். பாதுகாப்பு ஏற்பாடுகள் குறித்து கவலை தெரிவித்திருக்கிறார்கள்.

காவல்துறைத் தலைவரும் லெப்டினெண்ட் கவர்னருமான பி.ஜி கவாயைத் தொடர்பு கொண்ட குஜ்ரால், உடனே ராணுவத்தை அழைக்க ஏற்பாடு செய்யுங்கள் என்றார். ராணுவம் வந்தால் நிலைமை மோசமாகும் என்று கவாய் பதிலளித்ததும், ஏற்கனவே டெல்லி எரிந்து கொண்டுதான் இருக்கிறது, அதனால் தயக்கம் வேண்டாம் என்றாராம் குஜ்ரால். ராணுவத்தை அழைப்பது என்கிற முடிவை கவாய் மட்டும் எடுத்துவிடமுடியாது. உள்துறை மற்றும் பாதுகாப்பு அமைச்சகத்தின் அனுமதியைப் பெற்றாகவேண்டும். உள்துறையோ பிரதமர் அலுவலகத்தின் நேரடி கட்டுப்பாட்டில் கொண்டுவரப்பட்டிருந்தது. புளூ ஸ்டார் நடவடிக்கைக்குப் பின்னர், உள்துறை மற்றும் பாதுகாப்பு அமைச்சகப் பொறுப்பு நரசிம்மராவிடம் வந்தது. அதுவரை வெளியுறவுத்துறை அமைச்சராக இருந்த ராவ், உள்துறை அமைச்சராகப் பொறுப்பேற்று மூன்று மாதங்களே ஆகியிருந்தன.

ஆந்திரப் பிரதேசத்தின் வாரங்கலில் சுற்றுப்பயணத்தில் இருந்த நரசிம்மராவுக்கு 31 அக்டோபர் அன்று காலை 10:15 மணியளில் இந்திரா சுடப்பட்ட செய்தி தெரிவிக்கப்பட்டது. வாரங்கலில் இருந்து சிறப்பு விமானத்தில் மாலை ஐந்து மணிக்கு டெல்லிக்கு வந்து சேர்ந்தார். வந்ததும் நேராக எய்ம்ஸ் மருத்துவமனைக்குச் சென்றார். காங்கிரஸின் மூத்த தலைவர்கள் அங்கே குழுமியிருந்தார்கள். ராஜிவ் காந்தி, புதிய பிரதமராக உடனே பதவியேற்கவேண்டும என்று அங்கு முடிவு செய்யப்பட்டது.

இருட்ட ஆரம்பித்தது. குடியரசுத் தலைவர் மாளிகையில் புதிய பிரதமராக ராஜிவ் காந்தி பதவியேற்றுக்கொண்டிருந்த நேரத்தில்,

உள்ளூர் காங்கிரஸ் பிரமுகர்கள் டெல்லியின் வெவ்வேறு பகுதிகளில் ஆதரவாளர்களுடன் கூட்டங்கள் நடத்தினார்கள். அரிவாள், கத்தி மற்றும் கெரசின் வழங்கப்பட்டது. எங்கெல்லாம் சீக்கிய குடும்பங்கள் வசிக்கின்றன என்பதை அடையாளம் காட்டும் வாக்காளர் பட்டியலின் நகல்கள் விநியோகிக்கப்பட்டன. அடுத்து வந்த மூன்று நாட்களுக்கும் அரங்கேறும்படியான ஒரு படுகொலைக் கான செயல் திட்டம் தயாராகிக்கொண்டிருந்தது.

நார்த் பிளாக்கில் தன்னுடைய உள்துறை அமைச்சக அலுவலகத்தில் தீவிர ஆலோசனையில் இருந்தார் ராவ். மாலை ஆறு மணிக்கு தொலைபேசி அழைப்பு வந்தது. மறுமுனையில் இருந்தவர், ராஜிவ் காந்திக்கு நெருக்கமான காங்கிரஸ் பிரமுகர். டெல்லி முழுவதும் சீக்கியர்களுக்கு எதிராக நடைபெறும் தாக்குதலை விவரித்தவர், 'வன்முறைச் சம்பவங்களைத் தடுக்க உறுதியான நடவடிக்கை எடுத்தாகவேண்டும். பாதுகாப்பு ஏற்பாடுகளைப் பலப்படுத்த வேண்டும். இனி டெல்லியில் எங்கு வன்முறை நடந்தாலும், அது குறித்து பிரதமர் அலுவலகத்திற்கு உடனே தெரிவிக்க வேண்டும்' என்றார். உள்துறை அமைச்சகத்தின் செயல்பாடுகளை பிரதமர் அலுவலகம் கண்காணிக்க விரும்புகிறது. எந்தவொரு பாதுகாப்பு நடவடிக்கையாக இருந்தாலும் பிரதமர் அலுவலகத்தின் அனுமதியைக் கேட்டு செயல்படுங்கள் அல்லது விலகி இருந்து விடுங்கள். நாங்கள் பார்த்துக்கொள்கிறோம் என்பதுதான் செய்தி.

டெல்லி கலவரம் சம்பந்தப்பட்ட விஷயங்களை பிரதமர் அலுவலகமே நேரடியாக மேற்கொள்ளத் தீர்மானித்ததில் தவறில்லை. நான்கு மாதங்களுக்கு முன்பு வரை பாதுகாப்பு சம்பந்தப்பட்ட அனைத்து விஷயங்களையும் பிரதமர் அலுவலகமே கவனித்து வந்தது. பின்னர் உள்துறை அமைச்சகத்தின் கீழ் வந்தன. ராஜிவ் காந்தி பிரதமரான ஒரு மணி நேரத்திற்குள் பிரதமர் அலுவலகத்தின் தலையீடு ஆரம்பமாகிவிட்டது. நடப்பவை அனைத்தும் பிரதமரின் நேரடி மேற்பார்வைக்கு செல்வதாக ஊகிக்கப்பட்டது. அதை உறுதி செய்து கொள்ள முடியாத நிலையில் தான் உள்துறை அமைச்சகமும் இருந்தது. அதுவரை உள்துறை அமைச்சரின் கீழ் பணிபுரிந்து வந்த காவல்துறை தலைமை ஆணையர் கவாய், பிரதமர் அலுவலகத்தை நேரடியாக தொடர்பு கொள்ளும்படி கேட்டுக்கொள்ளப்பட்டார்.

சீக்கியர்கள் மீதான தாக்குதல்கள் தொடங்கிய ஓரிரு மணி நேரங்களிலேயே நரசிம்ம ராவ் முழுவதுமாக ஓரங்கட்டப்பட்டார். அந்த நேரத்தில்தான் வழக்கறிஞர் ராம் ஜெத்மலானி, ராவைச்

சந்திக்க அலுவலகம் வந்திருந்தார். டெல்லியில் உள்ள சீக்கியர்களைப் பாதுகாக்க உடனடியாக துணை ராணுவப் படைகளை வரவழைக்கவேண்டும் என்று கோரிக்கை விடுத்தார். ராவ் மனதில் ஏதோ கவலை இருந்தும் ஜெத்மலானிக்குப் புரிந்தது. அலுவலகத்தில் இருந்த அந்த அரை மணி நேரத்தில், ராவ் எந்தவொரு காவல்துறைத் தலைவரோடும் நேரடியாகவோ, தொலைபேசியிலோ தொடர்பில் இல்லை என்பதும் தெரிய வந்தது. பிரதமர் அலுவலகத்தின் நேரடி கண்காணிப்பில் டெல்லி காவல்துறை இருப்பதால் உள்துறை அமைச்சராக தான் எதுவும் செய்வதற்கில்லை என்று ராவ் நினைத்திருக்கலாம்.

ஜெத்மலானியைத் தொடர்ந்து முன்னாள் சட்ட அமைச்சர் சாந்தி பூஷனும், மறுநாள் நரசிம்மராவைச் சந்திக்க வந்திருந்தார். சீக்கியர் களுக்கு எதிரான வன்முறையை தடுத்து நிறுத்துமாறு கேட்டுக் கொண்டார். உள்துறை அமைச்சரும் தொலைபேசியில் யாருடனோ பேசி, உடனே நடவடிக்கை எடுக்குமாறு கேட்டுக்கொண்டதையும் நினைவுகூர்கிறார். 'நான் சொன்ன அனைத்தையும் கவனத்துடன் கேட்டுக்கொண்ட ராவ், தொலைபேசியில் யாரையோ தொடர்பு கொண்டார். ராவின் மேலிடத்தை சேர்ந்தவர்களில் யாரோ, எந்தவொரு நடவடிக்கையும் எடுக்கவேண்டாம் என்று காவல் துறைக்கு கட்டளையிட்டிருந்ததாக தெரிந்தது' என்கிறார் பூஷன்.

குடியரசுத் தலைவர் ஜெயில் சிங், அரசு முறைப் பயணமாக ஏமன் சென்றிருந்தார். இந்திரா காந்தி சுடப்பட்ட செய்தி கிடைத்ததும் உடனே டெல்லிக்குத் திரும்பினார். மாலை 4.30 மணிக்கு விமான நிலையம் வந்தவர், அங்கிருந்து நேராக எய்ம்ஸ் மருத்துவமனைக்குச் சென்றார். செல்லும் வழியில் கமல் சினிமா திரையரங்கு அருகே 20 பேர் கார் மீது கல் வீசி தாக்கினார்கள். கையில் இரும்புத் தடிகளோடு அடித்ததில் வாகனமும் சேதத்துக்கு உள்ளானது. டெல்லி காவல் துறைத் தலைவரை தொலைபேசியில் தொடர்பு கொண்ட ஜெயில் சிங், கலவரம் பரவாமல் தடுக்க நடவடிக்கை எடுக்குமாறு கேட்டுக் கொண்டதாக அவரது செய்தித் தொடர்பாளராக இருந்த தர்லோச்சன் சிங் தெரிவித்தார். மறு நாள் தீன்மூர்த்தி இல்லத்தில் இந்திராவுக்கு அஞ்சலி செலுத்தியபோதும் ராஜிவ் காந்தி மற்றும் நரசிம்மராவைச் சந்தித்த ஜெயில் சிங், இதை மீண்டும் வலியுறுத்தியதாகவும் நானாவதி கமிஷன் விசாரணையில் தெரிவித்தார்.

பிரதமராக ராஜிவ் பொறுப்பேற்பதற்கு முன்பாகவே கலவரங்களும், படுகொலை சம்பவங்களும் ஆரம்பமாகிவிட்டன. புதிய தலைமையின் கவனத்தை ஈர்க்கவும், தங்களது செல்வாக்கை

வெளிக்காட்டவும் கட்சி பிரமுகர்கள் துடிப்புடன் செயல்பட்டனர். தாயை இழந்த துக்கத்தில் இருந்தாலும், பிரதமராக ராஜிவ் துரிதமாக, பொறுப்புடன் செயல்பட்டிருக்க வேண்டும். அன்று மாலையே அவரொரு அறிக்கை விட்டிருந்தால், வன்முறைச் சம்பவங்கள் ஒருவேளை முடிவுக்கு வந்திருக்கலாம். சீக்கியர்களுக்கு எதிரான தாக்குதல்களை ராஜிவ் காந்தி தூண்டிவிட்டார் என்றோ தாக்குதல் களைக் கண்டுகொள்ளாமல் இருந்துவிட்டார் என்றோ சொல்வதற் கில்லை. அதற்குப் போதுமான ஆதாரங்களும் இல்லை. ஆனால், அவரது கள்ள மௌனம், சட்டம் ஒழுங்கு சீர்குலைய காரணமாக இருந்தது என்னவோ மறுக்க முடியாத உண்மை.

எண்பதுகளின் ஆரம்பம் தொடங்கி, சீக்கியர்கள் எதற்கும் தயராகத்தான் இருந்தார்கள். பஞ்சாபில் நெருக்கடி நிகழ்ந்த போதெல்லாம் டெல்லி குருத்வாராக்கள் சீக்கியர்களின் பிரார்த்தனை கூட்டங்களால் நிறைந்தது. அமிர்தசரஸில் நிகழ்ந்தது போல் இந்தியாவில் உள்ள ஒவ்வொரு குருத்வாராவும் காவல்துறை அல்லது ராணுவத்தினரால் சோதனைக்கு உள்ளாக்கப்படும் என்பதை எதிர்பார்த்திருந்தார்கள். குருத்வாராக்கள் மட்டுமல்ல, தங்களது குடியிருப்புகள் தாக்கப்பட்டாலும் அதை எதிர்கொள்ள தயாராகவே இருந்தார்கள். பெரும்பாலான சீக்கியர்கள் உடைவாள், துப்பாக்கி உள்ளிட்ட ஆயுதங்களை தற்காப்புக்காக வைத்திருந்தார்கள். ஆனால், திட்டமிட்டு தொடுக்கப்பட்ட தாக்குதல்கள், பொது மக்களின் அவநம்பிக்கை, காவல்துறை மற்றும் அரசு எந்திரங்களின் கையாலாகாத்தன்மை அனைத்தும் சீக்கியர்களுக்கு எதிராக திரும்பி, பேரழிவுக்குக் காரணமாகிவிட்டன.

எரிக்கப்பட்ட வீடுகளிலிருந்து கிளம்பிய புகை, டெல்லியின் நாலாபுறமும் பரவ ஆரம்பித்தது. அதைவிட வேகமாக பரவியது, வதந்திகள்தான். புளூ ஸ்டார் நடவடிக்கையிலிருந்து தப்பித்த பஞ்சாப் சீக்கிய தீவிரவாதிகள் டெல்லிக்குள் நுழைந்துவிட்ட தாகவும், அவர்களுடன் பாகிஸ்தான் தீவிரவாதிகளும் உடனிருப்பதாக வதந்தி பரவியது. மாநகராட்சி குடிநீர் தொட்டியில் சீக்கியர்கள் விஷத்தை கலந்துவிட்டதாக இன்னொரு வதந்தி. குடிநீரில் விஷம் கலந்திருப்பதால் யாரும் அதை பயன்படுத்தவேண்டாம் என்று இரவு முழுக்க ஒலிபெருக்கியில் சொன்னார்கள். பீதியடைந்த மக்களும் தூக்கத்தை மறந்துவிட்டு, வீட்டுக்கு வெளியே கூடி நின்று இதைப்பற்றியே பேசிக்கொண்டிருந்தார்கள். இவையெல்லாம் சீக்கியர்கள் மீது பொதுமக்களுக்குக் கோபம் வரவேண்டும் என்பதற்காக திட்டமிட்டு செய்யப்பட்டவை.

மறுநாள் காலைதான் அனைத்தும் புரளி என்பது தெரிய வந்தது. இந்தப் பரபரப்பு ஓய்வதற்குள் அடுத்து இன்னொரு வதந்தி. ராணுவத்திலும் காவல்துறையிலும் உள்ள சீக்கிய சமூகத்தினர் ஆயுதமேந்தி கிளர்ச்சி செய்யத் தயாராக இருக்கிறார்கள் என்று சொல்லப்பட்டது. காவல்துறையின் உயர்மட்ட அதிகாரிகள் கூட இதை நம்ப ஆரம்பித்தார்கள். பணியிலிருந்த சீக்கியர்கள் விடுவிக்கப் பட்டார்கள். சீக்கிய சமூகத்தைச் சேர்ந்த காவல்துறையினர் ஆயுதங் களோடு வெளியே வரக்கூடாது என வயர்லெஸ் உத்தரவு பிறப்பிக்கப் பட்டது. அதாவது, சீக்கியர்கள் காவல் பணிக்கு வரவேண்டாம். வீட்டுக்குள்ளேயே முடங்கி இருந்தால் போதும். இது போன்ற உத்தரவு கள் காவல்துறை தலைமை ஆணையரின் ஒப்புதல் இல்லாமல் பிறப்பிக்கப்படுவதில்லை என்பதையும் நாம் கவனிக்க வேண்டும்.

பணியில் இருந்தபடி கடைமையைச் செய்த சீக்கிய அதிகாரிகளுக்கும் நெருக்கடி வந்தது. டெல்லி வடக்கு பகுதியைச் சேர்ந்த காவல்துறை துணை ஆணையர் கேவல் சிங், சப்சி மந்தி பகுதியில் சீக்கியர்களுக்கு எதிராக கொள்ளையில் ஈடுபட்ட ஒரு கும்பலைத் தடுத்து நிறுத்தினார். கும்பலைத் துரத்தி பிடித்து, ஒரு சிலரைக் கைது செய்யவும் முடிந்தது. ஒரு சீக்கியராக இருந்ததுதான் பிரச்னை. கைது செய்யப்பட்டவர் களிடம் நடத்தப்பட்ட விசாரணையில் இன்னும் பல கொள்ளைகளும், கலவரங்களும் அன்றிரவு திட்டமிடப்பட்டிருப்பது தெரிய வந்தது.

நள்ளிரவில் யாராவது கலவரத்தில் ஈடுபட்டால் வானை நோக்கி சுட்டு, கூட்டத்தைக் கலைக்க அனுமதி கேட்டு வயர்லெஸ் செய்தி அனுப்பினார். அதுதான் பிரச்னையைப் பெரிதாக்கிவிட்டது. இரவு எட்டரை மணிக்கு சப்சி மந்தி பகுதியில் நடந்தவை பற்றி விவரித்து தன்னுடைய தலைமை அதிகாரியைத் தொடர்பு கொண்டார். பதட்டம் இன்னும் நீடிப்பதாகவும், நிலைமை கைமீறினால் துப்பாக்கி சூடு நடத்த உத்தரவிடுமாறும் வயர்லெஸ் செய்தி அனுப்பினார். ஐம்பது நிமிடங்கள் கழித்து இணை கமிஷனர் எஸ்.கே.சிங் பதில் அனுப்பியிருநதார். அதில் காவல்துறை தலைமையகத்தை நேரடியாக தொடர்பு கொண்டு உத்தரவைப் பெற்றுக்கொள்ளவும் என்று குறிப்பிடப்பட்டிருந்தது.

அன்றிரவு முழுவதும் தாக்குதல்கள் தொடர்ந்தன. டெல்லி பல்கலைக்கழகத்தை ஒட்டியிருந்த கபிர் பஸ்தி பகுதியில் இருந்த சீக்கிய குடியிருப்புகள் வெகுவாகப் பாதிக்கப்பட்டன. ஏராளமான சீக்கியர்கள் அங்கே உயிரோடு கொளுத்தப்பட்டார்கள். கொள்ளையிட வந்தவர்களைத் தடுத்தபோது தாக்க ஆரம்பித்தார்கள். கேவல் சிங்குக்கு தகவல் கிடைத்ததும் களத்துக்குச் சென்றார்கள்.

ஆனாலும் சேதாரத்தைத் தடுக்க முடியவில்லை. தாக்குதலினால் பாதிக்கப்பட்டவர்களைத் தன்னுடைய போலீஸ் ஜீப்பில் அழைத்து வந்து சப்சி மந்தி காவல் நிலையத்திற்கு அருகே இருந்த இடத்தில் தங்க வைத்தார்.

முந்தின நாள் இரவு காவல்துறை தலைமை அலுவலகத்துக்கு அனுப்பிய வயர்லெஸ் செய்திக்கு மறுநாள் காலைதான் பதில் கிடைத்தது. துப்பாக்கிச் சூடு நடத்த உத்தரவு கிடைத்திருக்கும் என்று நம்பியவருக்கு பலத்த ஏமாற்றம். உடனே பணியிலிருந்து விலகி, வீட்டுக்குச் செல்லுமாறு உத்தரவு அனுப்பியிருந்தார்கள். சப்சி மந்தி காவல் நிலையத்தில் பணிபுரிந்த சீக்கியரான இன்ஸ்பெக்டர் குர்மாயில் சிங்குக்கும் அதே பதில் கிடைத்தது. இருவரும் சீக்கியர்கள் என்பதால் பணியில் தொடர அனுமதி மறுக்கப்பட்டது. குர்மாயில் சிங், இடமாற்றம் செய்யப்பட்டார். கேவல் சிங், சில வாரங்களுக்குப் பணி ஓய்வில் இருக்குமாறு கேட்டுக் கொள்ளப் பட்டார். பின்னர் போக்குவரத்துத் துறைக்கு மாற்றப்பட்டார். மாற்றல் உத்தரவுகள் அனைத்தும் வாய்மொழி உத்தரவுகளாகப் பிறப்பிக்கப்பட்டன. பின்னாளில் பணியில் இருந்தபோது அதிகாரத்தைத் தவறாகப் பயன்படுத்தியதாக இருவர் மீதும் குற்றச்சாட்டு வைக்கப்பட்டது.

கேவல் சிங் மீது சுமத்தப்பட்ட குற்றச்சாட்டுகள் உண்மைதானா என்று யாரும் ஆராயவில்லை. கூடுதல் ஆணையர் கொடுத்த விளக்கத்தை அப்படியே ஏற்றுக்கொண்டார்கள். மூன்று நாட்களும் காவல் துறையினர் மெத்தனம் காட்டியதற்கு இதுதான் காரணம். சீக்கியர் களைப் பணியிலிருந்து உடனே விடுவிக்குமாறு வாய்மொழி உத்தரவு கள் வந்தபோது பெரும்பாலான அதிகாரிகள் அதைப் பின்பற்றி னார்கள். மேலிடத்தை எதிர்த்து, தவறுகளைச் சுட்டிக்காட்ட பெரும் பாலான காவல்துறையினர் தயாராக இல்லை. ஒரு சில அதிகாரிகள் வேறு காரணங்களைக் காட்டி உத்தரவுகளைப் பின்பற்ற மறுத்தார்கள்.

மத்திய டெல்லியில் அமோத் காந்த், சீக்கிய காவலர்களைத் தொடர்ந்து பணியில் இருக்கும்படி செய்தார். கேவல் சிங், குர்மாயில் சிங், அமோத் காந்த் இவர்களெல்லோரும் விதிவிலக்குகள் தான். பெரும்பாலான காவல்துறையினர் மேலிடத்தின் உத்தரவுகளைக் கேள்விக்குள்ளாக்காமல் அப்படியே பின்பற்றினார்கள். உத்தரவு களைப் பின்பற்றாதவர்கள் மீது துறைவாரியாக நடவடிக்கை எடுக்கப் பட்டது. இதுதான் பிரச்னை! கடமையைச் செய்த காவல்துறை அதிகாரிகளின் கைகள் கட்டப்பட்டன. கடமை தவறியதாக அவர்கள் மீதே குற்றம் சுமத்தப்பட்டது.

8

அகதிகளாக மாறிய குடிமக்கள்

திரிலோக்புரி. இரவு எட்டு மணி. எங்கிருந்தோ வந்த காரிலிருந்து 5,6 பேர் கொண்ட ஒரு கும்பல் இறங்கியது. கையில் தயாராக கெரசின் டின் எடுத்து வந்திருந்தார்கள். துணியை மடித்து அதன் ஒரு முனையை ஒரு பந்து போல் கட்டினார்கள். அதை கெரசின் டின்னில் அமிழ்த்து, வெளியே எடுத்து தீக்குச்சியால் பற்ற வைத்தார்கள். தீ, கொழுந்துவிட்டு எரிந்தது. ஜன்னல் வழியாக வீட்டிற்குள் எரிந்தார்கள். வீடு பற்றி எரிந்தது. மிரண்டு போய், வீட்டிலிருந்து வெளியே ஓடி வந்த சர்தார்ஜிகளின் மீது கல் பறந்து வந்தது. நெற்றியில் பட்டு ரத்தம் கொட்டியது. கையில் கழி, கம்பு, கத்திகளோடு ஒரு கும்பல் சர்தார்ஜிகளை சூழ்ந்து கொண்டது. ரண களம்!

பிளாக் 32 - 36 பகுதியைச் சேர்ந்த அனைத்து சீக்கிய ஆண்களும் படுகொலை செய்யப்பட்டார்கள். பிளாக் 36 பகுதிக்கு அருகே இருந்த குருத்வாரா வாசலில் ஒரு கும்பல் திரண்டது. காங்கிரஸ் பிரமுகர்களான ராம்பால் சரோஜ், டாக்டர் அசோக் உள்ளிட்டவர்கள் வழிநடத்தினார்கள். முதல் இலக்கு, குருத்வாரா!

குருத்வாராவைத் தாக்கி, தீயிட்டு அழித்தார்கள். அதை நேரில் பார்த்த சாது சிங், மிரண்டு போய் தன்னுடைய இருப்பிடமான பிளாக் 32க்கு ஓட ஆரம்பித்தார். அவரைத் துரத்திய கும்பல், கண்ணில் பட்டவர்களையெல்லாம் அடித்து நொறுக்கியது. சாது சிங்கைப் பிடித்து, தாக்க ஆரம்பித்தவர்கள் அவர் இறந்துவிட்டார் என்பதை உறுதி செய்துகொண்ட பின்னரே அவ்விடத்தை விட்டுச் சென்றார்கள்.

தாக்குதலுக்குப் பயந்து சாது சிங் ஓடி வந்தபோது, பிளாக் 32ல் இருந்த மற்ற ஆண்கள் அவரைக் காப்பாற்றினார்கள். துரத்தி வந்த கும்பலை எதிர்த்து நின்றார்கள். ஆனால், கும்பலில் இருந்த காவல்துறையினர் தலையிட்டு, சீக்கியரைத் தடுத்திருக்கிறார்கள். அவரவர் வீட்டுக்குச் செல்லுமாறு உத்தரவிட்டிருக்கிறார்கள். அதை மறுத்துவிட்டு, தெருவில் திரண்டு நின்ற சீக்கியர்கள் மீது துப்பாக்கி சூடு நடத்தப் போவதாகவும் காவல்துறையினர் மிரட்டியிருக்கிறார்கள். இறுதியில் சீக்கியர்கள் பின்வாங்கி அவரவர் வீட்டிற்குச் செல்ல ஒப்புக்கொண்டார்கள்.

காவல்துறையினர் அவ்விடத்திலிருந்து கிளம்பியதும், வந்திருந்த கும்பலுக்கு வசதியாகிவிட்டது. ஒவ்வொரு வீட்டின் கதவையும் தட்டி, உள்ளே புகுந்து கொள்ளையடித்தார்கள். கொள்ளையைத் தடுத்தவர்களைக் கொலையும் செய்தார்கள். சீக்கியர்கள் தனித்தனியாக மாட்டிக்கொண்டதால் எதிர்ப்புக்குரல்கள் கடைசி வரை எழவில்லை. காவல்துறை மட்டும் தடுத்திருக்காவிட்டால் வந்திருந்த கும்பலை பிளாக் 32 சர்தார்ஜிகளே நையப் புடைத்திருப்பார்கள். தற்காப்பிற்காக சீக்கியர்கள் வைத்திருந்த உடைவாள், கழி, துப்பாக்கி ஆகியவற்றையும் காவல்துறை பறித்துக் கொண்டு விட்டது. இதனால் வீட்டுக்குள் நுழைந்தவர்களை எதிர்கொள்ள முடியவில்லை.

மில்கா கவுர் உறைந்து போய் நின்றார். 20 பேர் கொண்ட கும்பல் அவரது கண்முன்னே கணவரைக் கொலை செய்துவிட்டு வீட்டையும் கொள்ளையடித்தது. தப்பித்த பிள்ளைகளைக் காப்பாற்றுவதற்காக உயிர் வாழ ஆசைப்பட்ட மில்கா கவுர், தனிமையில் அழுவதைத் தவிர அவருக்கு வேறு வழி தெரியவில்லை. அந்தக் குடியிருப்பிலிருந்த அனைத்து ஆண்களும் அரைமணி நேரத்தில் படுகொலை செய்யப்பட்டு விட்டார்கள். எங்கும் மயான அமைதி!

தாக்குதலைத் தட்டிக் கேட்க ஒன்று கூடியவர்களைத் தந்திரமாகப் பிரித்துவிட்டதால் எங்களை யாராலும் காப்பாற்ற முடியவில்லை என்கிறார் ஜஸ்ஸி பாய். அவரது கணவரும், மருகனும் கண் முன்னே கொலை செய்யப்பட்டார்கள். காவல்துறையின் பேச்சை நம்பி, வீட்டுக்குத் திரும்பி வந்த ஷம்மி பாயின் கணவரை வெளியே இழுத்து வந்து அடித்துக்கொன்றார்கள். குர்தீப் கவுர், கணவர் நாது சிங் மற்றும் தன்னுடைய இரு மகன்களையும் பறிகொடுத்தார்.

'என்னைத் தாராளமாக கொல்லுங்கள், அதற்கு முன்னர் ஒரு டம்ளர் தண்ணீர் கொடுங்கள். தாகமாக இருக்கிறது' என்று மூத்த மகன்

கெஞ்சியதை கும்பல் காதில் வாங்கவில்லை. வீட்டுக்கு வெளியே இழுத்து வந்து, கெரசின் ஊற்றி கொளுத்திவிட்டார்கள். கொளுத்தியவர்களில் பெரும்பாலானவர்கள், பிளாக் 31 பகுதியைச் சேர்ந்த காங்கிரஸ் தொண்டர்கள். அவர்களோடு பிளாக் 32 பகுதியின் காங்கிரஸ் கவுன்சிலர் ராம்பால் சரோஜ் மற்றும் பிளாக் 34 பகுதியின் காங்கிரஸ் கவுன்சிலரான கனக் சிங் என இருவரும் கூட்டத்தில் இருந்தார்கள். பிளாக் 31 பகுதியைச் சேர்ந்த கிஷார் என்பவன் தன்னுடைய ஒரே கத்தியின் மூலமாக 14 சீக்கியர்களை கொலை செய்ததை பார்த்த நேரடி சாட்சி, குர்தீப் கவுர்தான்.

முகில் பாயின் ஒரே மகன், கெரசின் ஊற்றி எரிக்கப்பட்டார். சதோரா சிங்கின் நான்கு மகன்கள், 2 மருமகன்கள் கூடவே ஒரு பேரனும் கண்முன்னரே கெரசின் ஊற்றிக் கொளுத்தப்பட்டார்கள். வந்திருந்த கும்பலுக்கு ஒவ்வொரு வீட்டிலும் எத்தனை சீக்கிய ஆண்கள் இருக்கிறார்கள் என்கிற விபரம் நன்றாகவே தெரியும். எதிர்க்க யாருமின்றி இருந்த இளம்பெண்கள் அனைவரும் காமக்கொடூரன்களின் பார்வையிலிருந்து தப்பவில்லை.

பெண்கள் அனைவரும் அருகிலிருந்த பூங்காவில் அமர வைக்கப் பட்டார்கள். இளம் பெண்கள், வலுக்கட்டாயமாக இழுத்துச் செல்லப்பட்டு அவரவர் குடியிருப்புகளிலேயே பாலியல் பலாத் காரம் செய்யப்பட்டார்கள். கணவரையும் சகோதரரையும் இழந்து கதறிக்கொண்டிருந்த கோபி கவுரை கும்பல் விட்டு வைக்கவில்லை. வயதான பெண்கள் தவிர, பெரும்பாலான இளம் பெண்கள் இரையானார்கள். சல்வார் கமீஸ் அணிந்து நிறைய சீக்கிய சிறுவர்கள் தப்பித்ததால், சல்வார் கமீஸ் அணிந்த சிறுமிகள் கடுமையான சோதனைக்குள்ளானார்கள். 10 வயது சிறுமி முதல் 60 வயது பெண்மணிகள் வரை வயது வித்தியாசமின்றி பாலில் பலாத்காரம் செய்யப்பட்டார்கள். திரிலோக்புரியில் மட்டும் 12, 13 கூட்டு பலாத்காரங்கள் நடந்தேறியிருக்கின்றன. பலரால், பலமுறை பெண்கள் பலாத்காரம் செய்யப்பட்டதைக் குழந்தைகள் பார்த்த கொடூரச் சம்பவங்களைதிரிலோக்புரி என்றும் மறக்காது.

அக்டோபர் 31 இரவு முழுவதும் டெல்லி எரிந்து கொண்டிருந்தது. பேருந்துகள், வாகனங்கள், கடைகள் என ஒவ்வொன்றும் திட்டமிட்டு எரிக்கப்பட்டன. இந்திரா சுடப்பட்ட செய்தியைக் கேள்விப்கேட்டதும், பல சீக்கியர்கள் தங்களது கடைகளை மூடி விட்டு வீட்டுக்குச் சென்றுவிட்டார்கள். இந்திராவின் விசுவாசிகள் தாக்குதலில் இறங்குவார்கள் என்பது அவர்களுக்குத் தெரியும். கடைகள் பூட்டப்பட்டிருந்தால், தாக்குதலில் இருந்து

தப்பித்துவிடலாம் என்று நினைத்தார்கள். ஆனால், பூட்டிய கடையை உடைத்து, கொள்ளையடிக்கும் கும்பல் டெல்லி மாநகரத்தை வாகனங்களில் சுற்றி வந்தது. கான்மார்கெட் பகுதியில் பூட்டப்பட்டிருந்த சீக்கியர்களின் கடைகளைப் பார்த்தார்கள். அது சீக்கியர்களின் கடைதானா என்று உறுதிப்படுத்திக்கொண்ட பின்னர், பூட்டை உடைத்து, கொள்ளையடித்தார்கள். பின்னர், கையோடு கொண்டு வந்திருந்த பச்சை, சிவப்பு, கருப்பு நிற தகர டிரம்களில் இருந்த கெரசினை கவிழ்த்துக் கொளுத்தினார்கள். தடுப்பதற்கு யாருமில்லை. கொளுத்துவதற்கு கெரசின் கிடைப்பதிலும் தட்டுப் பாடில்லை.

சஜன் சிங் பார்க், டெல்லியின் முதல் அபார்ட்மெண்ட். கான் மார்க்கெட் பகுதியில் உள்ளது. அங்குதான் குஷ்வந்த் சிங் குடியிருந்தார். அக்டோபர் 31 அன்று மாலை அவர் வெளியே வந்து பார்த்தபோது, அருகிலிருந்த டாக்ஸி ஸ்டாண்டில் ஒரு கும்பல் டாக்ஸியைக் கொளுத்திக்கொண்டிருந்தது. அதுவொரு சர்தார்ஜியின் டாக்ஸி. பதைபதைத்த குஷ்வந்த் சிங், சாலையின் இருபுறமும் பார்த்தார். 10 பேர் கொண்ட காவல்துறையினரும் அவர்கள் மத்தியில் ஆயுதமேந்திய சப் இன்ஸ்பெக்டரும் நின்றிருந்தார்கள். யாரும் கும்பலைக் கலைக்கவோ தடுக்கவோ முயற்சிக்கவில்லை. டாக்ஸியைக் கொளுத்திய கும்பலுக்கு அது புதிதல்ல. சம்பவத்திற்கு முன்னர், கான் மார்கெட்டில் இருந்த ஒரு சில கடைகளை அதே கும்பல் தீயிட்டு எரித்திருந்தது. சுக்வந்த் சிங்கி என்னும் கார் மெக்கானிக் கடைக்குள் புகுந்து, பழுது பார்ப்பதற்காக நிறுத்தப் பட்டிருந்த கார்களையும் கெரசின் ஊற்றிக் கொளுத்தியிருந்தார்கள்.

குஷ்வந்த் சிங், இந்திரா காந்தியின் ஆதரவாளர். காங்கிரஸ் கட்சியின் தலைவர்களுக்கும் நெருக்கமானவராக அறியப்பட்டவர். ஆனால், ஆபரேஷன் புளூ ஸ்டாருக்குப் பின்னர் நிலைமை மாறியிருந்தது. பொற்கோயில் தாக்குதலைக் கண்டித்து, தனக்கு அளிக்கப்பட்டிருந்த பத்ம பூஷன் விருதையும் திருப்பிக்கொடுத்திருந்தார்.

டெல்லி மாநகரம் முழுவதும் சீக்கியர்களைத் தேடித்தேடி தீர்த்துக்கொண்டிருந்த கும்பலுக்கு குஷ்வந்த் சிங் ஒரு பொருட்டல்ல. வீட்டைத் தாக்குவதற்காகவும் ஒரு கும்பல் வரக்கூடும் என்று அவரது மருமகன் எச்சரித்ததைத் தொடர்ந்து குடியரசுத் தலைவர் ஜெயில் சிங்கைத் தொடர்பு கொண்டார். அவரது உதவியாளரிடம் நிலைமையை விவரித்தார். ‘டெல்லி முழுவதும் நிலைமை மோசமாக இருக்கிறது. நீங்கள் இந்துக்கள் வசிக்கும் இடத்திற்கு எப்படியாவது சென்றுவிடுங்கள்’ என்றாராம் அந்த உதவியாளர்.

‘அதைக் கேட்ட அந்த நொடியை என்னால் மறக்க முடியாது. என்னுடைய சொந்த நாட்டிலேயே அகதியாகிவிட்டதை உணர்ந்தேன்’ என்கிறார் குஷ்வந்த் சிங். நாஜிக்களின் பிடியில் ஜெர்மனி இருந்தபோது சொந்த நாட்டிலேயே அகதியாக நடத்தப்பட்ட யூதர்களைப் போன்று அன்று சீக்கியர்களின் நிலைமை இருந்தது. டெல்லியைப் பேரழிவுக்குத் தள்ளிய அந்த ஹிட்லர் யாரென்பது இன்று வரை நமக்குத் தெரியாது.

9

நவம்பர் 1

டெல்லியில் அன்றைய காலை புகைமூட்டத்துடன் விடிந்தது. இரவு முழுவதும் நடந்த வெறியாட்டங்கள், தீ வைப்புகள், கொள்ளைகள் எதுவும் பெரும்பாலான பொதுமக்களுக்குத் தெரியாது. புகை மூட்டம், பலருக்கு பனிமூட்டமாக தெரிந்தது. தீன் மூர்த்தி பவனில் வைக்கப்பட்டிருந்த இந்திராவின் பூத உடலை தூர்தர்ஷன் தொலைக்காட்சி நேரலையில் ஒளிபரப்பிக் கொண்டிருந்தது. உள்ளே புதுப்பிரதமர் ராஜிவ் காந்தி, இறுதிச் சடங்குகளுக்கான ஏற்பாடுகளில் இருந்தார். அவருடன் அவ்வப்போது ஆலோசனையில் ஈடு பட்டிருந்தவர் அமிதாப்பச்சன். 'கூன் கா பத்லா கூன்' என்று வாசலில் கூச்சலிட்டபடி இருந்தவர்களை யாரும் தடுக்கவில்லை. மௌன அஞ்சலி நடைபெற்றுக் கொண்டிருந்த இடம், மெல்ல கொலை வெறியைத் தூண்டும் அரசியல் மேடையாக மாறிக்கொண்டிருந்தது.

காலை 9 மணி. டெல்லியில் சூரியன் வரவேயில்லை. ஐஐடி டெல்லி, முனிர்கா, வசந்த் விகார் தொடங்கி மேற்குப் பகுதி வரை ஒரே புகைமண்டலமாகக் காட்சியளித்தது. ஏதோ நடந்திருப்பதை மட்டும் பத்திரிக்கையாளர்கள் ஊகித்தார்கள். இந்தியன் எக்ஸ்பிரஸ், ஸ்டேட்ஸ்மேன் உள்ளிட்ட பத்திரிக்கைகளின் நிருபர்கள் ஒன்றாகச் சேர்ந்து செய்தி சேகரிக்க கிளம்பினார்கள்.

பேருந்துகள் எரிக்கப்பட்டதால் போக்குவரத்து தடைப்பட்டிருந்தது. டாக்ஸிக்கும் வாய்ப்பில்லை. பெரும்பாலான பெட்ரோல் நிலையங் கள் மூடப்பட்டிருந்தன. ஸ்கூட்டரில் மட்டும்தான் செல்லமுடியும். ஸ்கூட்டரில் சென்றதால் டெல்லியின் சந்து, பொந்துகளில் நடந்தவற்றை கவனிக்க முடிந்தது. முந்தைய இரவில் நடந்த

தாக்குதல்களையும், இன்னும் பற்றி எரிந்து கொண்டிருந்த வீடுகள், கடைகள் ஆகியவற்றையும் பார்க்கமுடிந்தது. திரிலோக்புரி, துர்காபுரா பகுதிகள் வழியாக சென்றபோது அவர்களுக்கு இன்னும் பல அதிர்ச்சிகள் காத்திருந்தன.

துர்காபுரா சௌக் இரண்டடுக்கு கொண்ட சிறிய குருத்வாரா. வாசல் வழியாக நுழைந்தபோது உள்ளே யாருமில்லை. பிரார்த்தனைக் கூடம் வெறிச்சோடிக் கிடந்தது. படிகளில் ஏறி, இரண்டாவது தளத்தை அடைந்தபோது அங்கே ஏராளமான சீக்கிய குடும்பங்கள், கிடைத்த இடத்தில் நெருக்கியடித்து அமர்ந்திருந்தார்கள். சீக்கிய ரல்லாதவர்களைக் கண்டதும் கூட்டத்தில் சலசலப்பு, பீதி. பத்திரிகை யாளர்கள் என்று தெரிய வந்ததும் முகத்திலிருந்த பயம் விலகியது.

தரையில் அமர்ந்தபடியும், படுத்தபடியும் இருந்தவர்களில் வயதான வர்களும் குழந்தைகளும் இருந்தார்கள். அவர்களில் பெரும்பாலான வர்கள் பெண்கள். பக்கத்தில் இருந்த பாத்ரூமில் ஆண்கள் தங்களது தலைப்பாகையைக் கழட்டிவிட்டு, தாடியை மழித்துக் கொண்டிருந் தார்கள். தாக்குதலில் இருந்து தப்பித்துக் கொள்ள சீக்கிய ஆண் களுக்கு அதைவிட வேறு வழியில்லை. இளைஞர்கள் மத்தியில் கடுங்கோபம் இருந்தது. நிருபர்களிடம் பேசுவதற்குக்கூட மறுத்து விட்டார்கள். பேசிய ஒரு சிலரும், காங்கிரஸைச் சேர்ந்த ஹெச்.கே. எல். பகத்தைக் கடுமையான வார்த்தைகளில் விமரிசித்தார்கள். பகத் தலைமையில் வந்திருந்த காங்கிரஸ் தொண்டர்கள்தான் தங்களது வீடுகளை கொள்ளையடித்ததாகக் குற்றம் சாட்டினார்கள்.

முந்தைய நாள் நடந்த தாக்குதலில் இருந்து தப்பி, தொடர் தாக்குதல்கள் வரக்கூடும் என்னும் பீதியில் குருத்வாராவுக்கு வந்திருந்தார்கள். ஓரிடத்தில் இருந்தால் எதிர்ப்பைச் சமாளித்து விடலாம் என்று நம்பிக்கையில் வந்திருந்தார்கள். சீக்கியர்களின் குருத்வாராவுக்குள் வந்துவிட்டு பசியுடன் திரும்புவர்களை நாம் பார்த்திருக்கவே முடியாது. ஆனால், இங்கே நிலைமை தலைகீழ். அன்றைய தினம் எல்லோருக்கும் போதுமான உணவு அங்கு இல்லை. வெளியே சென்று ஏற்பாடு செய்யவும் இயலாத சூழ்நிலை இருந்தது. சீக்கியரல்லாதவர்களுக்கு இவர்களைக் கண்டால் சந்தேகம்; சீக்கியர்களுக்கோ யாரைக் கண்டாலும் பயம்.

'சாப்பிட்டு இரண்டு நாளாச்சு... ஏதாவது ஏற்பாடு செய்யமுடியுமா?' என்று சன்னமான குரலில் சீக்கிய பெண்கள் கேட்டது இன்னும் காதில் ஒலித்துக் கொண்டிருக்கிறது' என்கிறார் இந்தியன் எக்ஸ்பிரஸ் நிருபராக இருந்த சஞ்சய் சூரி. உயிருக்குப் பயந்து குருத்வாராவுக்குள்

ஒளிந்திருக்கவேண்டிய பரிதாப நிலையில் அப்பாவி மக்கள். அவர்களுடன் தொடர்ந்து பேசிக்கொண்டிருந்த நேரத்தில் கிழக்கு டெல்லியின் காவல்துறை இணை ஆணையர் சேவா தாஸ் உள்ளே வந்தார். நிருபர்களை அங்கே சற்றும் எதிர்பார்க்கவில்லை.

சேவா தாஸிடம் முந்தைய நாள் நடைபெற்ற தாக்குதல்கள் குறித்து கேள்வி எழுப்பினார்கள். 'என்னுடைய கட்டுப்பாட்டில் உள்ள பகுதியில் இதுவரை இரண்டு பேர் மட்டுமே பலியாகியிருக் கிறார்கள். நிலைமையைக் கட்டுக்குள் கொண்டு வந்துவிட்டோம். குருத்வாராவில் இருந்தவர்கள் அவசரப்பட்டு துப்பாக்கியால் சுட்டு விட்டார்கள். இதனால் கூட்டத்திலிருந்த ஒரு சிறுமி இறந்து விட்டாள். மிகுந்த சிரமங்களுக்கிடையே அமைதியைக் கொண்டு வந்திருக்கிறோம்' என்றார். கலவரம் குறித்து கேள்விப்பட்ட பிரதமர் ராஜிவ் காந்தி, பாதிக்கப்பட்டவர்களை நேரில் சந்திக்க வர இருப்பதாக செய்திகள் வெளியாயின. பத்திரிக்கையாளர்களும் பிரதமருக்காக காத்திருந்தார்கள். ஆனால், கடைசிவரை ராஜிவ் வரவேயில்லை.

துர்காபுரா சௌக்கில் இருந்த அந்த குருத்வாரா தாக்குதலில் இருந்து தப்பிவிட்டது. ஆனால், டெல்லியின் பிரபல குருத்வரா ராகப் கன்ஜ் கடுமையான தாக்குதலுக்கு உள்ளானது. குடியரசுத் தலைவர் மாளிகையை ஒட்டியிருந்த பகுதியின் முக்கியமான குருத்வாரா அது. இங்கு வராத சீக்கிய ராணுவத் தளபதிகளோ, அதிகாரிகளோ இல்லை. மாநகரத்தின் இதயப் பகுதியான கனாட்ப்ளேஸிலிருந்து குடியரசுத்தலைவர் மாளிகையை நோக்கி வர வேண்டியிருந்தால் இந்த குருத்வாராவை கடக்க வேண்டியிருக்கும்.

குடியரசுத் தலைவர் மாளிகையின் மறுபுறத்தில் இருப்பது தீன்மூர்த்தி பவன். அங்குதான் இந்திரா காந்தியின் உடல், பொதுமக்களின் அஞ்சலிக்காக வைக்கப்பட இருந்தது. அதற்கு முன்னதாகவே ராகப் கன்ஜ் குருத்வாராவில் பாதுகாப்பு ஏற்பாடுகள் ஆரம்பித்துவிட்டன. 2 தலைமைக் காவலர், 14 சிறப்புக் காவலர்கள் கொண்ட தனிப் படை, குருத்வாராவின் பாதுகாப்பிற்காக நிறுத்தப்பட்டது. சீக்கியர் களுக்கு எதிரான தாக்குதலில் காங்கிரஸ் பிரமுகர்கள் நேரடியாக சம்பந்தப்பட்டிருந்ததையும், ஒட்டுமொத்த தாக்குதல்களும் திட்ட மிட்டு நிகழ்த்தப்பட்டவை என்பதையும் ராகப் கன்ஜ் குருத்வாரா சம்பவங்கள் வெளிக்காட்டின.

காலை 9:30 மணி. எய்ம்ஸ் மருத்துமனையிலிருந்து இந்திரா காந்தியின் உடல், தீன்மூர்த்தி பவனுக்கு கொண்டுவரப்பட்டது. குருத்வாராவிலிருந்து விறுவிறுவென்று நடந்தால் 20 நிமிஷத்தில்

தீன்மூர்த்தி இல்லத்தை அடைந்துவிடலாம். காலை 7 மணி முதல் மக்கள் இறுதி அஞ்சலி செலுத்துவதற்காகத் திரள ஆரம்பித்து விட்டார்கள். 10, 15 பேர் குழுவாக கோஷமிட்டபடி, தீன்மூர்த்தி பவன் நோக்கி செல்ல ஆரம்பித்தார்கள். செல்லும்போது ராகப் கன்ஜ் வழியாகத்தான் சென்றாக வேண்டும். அஞ்சலி செலுத்திய பின்னர் இந்தியா கேட் வழியாக வெளியேறலாம். ஆனால், வரும்போது குருத்வாரா வழியாகத்தான் தீன்மூர்த்தி பவனுக்கு வந்தாக வேண்டும்.

குருத்வாராவுக்குள் சேவாதாரர்கள் இருந்தார்கள். 24 மணி நேரமும் செயல்படும் குருத்வாரா அது. முந்தின நாள் இரவு பணிக்கு வந்திருந்த சேவாதாரர்களால் அருகில் உள்ள வீடுகளுக்கு திரும்ப முடிய வில்லை. இறுதி அஞ்சலி செலுத்த சென்று கொண்டிருந்தவர் களெல்லாம், குருத்வாரா வாசலில் சில நிமிஷங்கள் நின்று சீக்கியர்களை எதிர்த்து கோஷமிட்ட பின்னரே சென்றார்கள். வாசலில் பாதுகாப்புப் பணியில் இருந்த காவல் துறையினரால் நிலைமையைக் கையாள முடியவில்லை. குருத்வாராவை விட்டு சீக்கியர்கள் வெளியே வந்தால் உயிருக்கு ஆபத்து என்பதால், உள்ளேயே பத்திரமாக இருக்கும்படி கேட்டுக் கொள்ளப்பட்டார்கள்.

நேரம் செல்லச் செல்ல நிலைமை மோசமானது. கோஷமிட்டபடி சென்று கொண்டிருந்த மக்கள் கூட்டம், கலைந்து செல்லாமல் குருத்வாராவுக்கு முன்னால் வாசலை மறித்தபடி நின்றுகொண்டது. கூட்டத்தைக் கலைக்க கூடுதலாக காவல்துறையினர் வந்தால் மட்டுமே நிலைமையைச் சமாளிக்க முடியும் என்கிற நிலைமை இருந்தது. டெல்லி மாநகரம் முழுவதும் பதட்ட நிலை என்னும் போது கூடுதல் பாதுகாப்புப் படையினரை ஓரேயொரு இடத்தில் குவிப்பது சாத்தியமில்லை. ஆனாலும் கள நிலவரத்தை அவ்வப் போது மேலிடத்திற்கு தெரிவிக்க வேண்டியது கடமை என்பதால் காவல்துறையினர் அதை மட்டும் சரியாக செய்து கொண்டிருந்தார்கள்.

காலை 11 மணி. தீன்மூர்த்தி காவல் நிலையத்திலிருந்து சிறப்புப் பாதுகாப்புப் படையினர் ஜீப்பில் வந்து இறங்கினார்கள். அதிரடியாக செயல்பட்டு அங்கிருந்த கூட்டத்தையும் கலைத்துவிட்டு பின்னர் அங்கிருந்து கிளம்பிச் சென்றார்கள். அவர்கள் சென்றதும் திரும்பவும் குருத்வாராவுக்கு முன்னால் கூட ஆரம்பித்துவிட்டார்கள். இப்போது முன்பைவிட அதிகமான கூட்டம் திரண்டிருந்தது. உள்ளே ஆயுதமேந்திய சீக்கிய தீவிரவாதிகள் ஒளிந்து கொண்டிருப்பதாகவும், பிரதமரைக் கொன்றுவிட்டு டெல்லியைக் கைப்பற்றிவிட சதி செய்வதாகவும் ஆக்ரோஷமாக அவர்கள் கோஷமிட்டார்கள். இதைக்

கேட்டு கோபப்பட்ட சீக்கியர்கள், கூட்டத்தை எதிர்த்து கோஷமிட்டார்கள். நிலைமை, கை மீறிக்கொண்டிருந்தது.

மூத்த குருமார் ஒருவர், குருத்வாராவை விட்டு வெளியே வந்து கூட்டத்தினரைப் பார்த்து கலைந்து செல்லுமாறு கேட்டுக் கொண்டார். கோபமடைந்த கும்பல், அவரது தலைப்பாகையை எட்டிப்பிடித்து, இழுத்து கீழே தள்ளிவிட்டார்கள். நெஞ்சில் ஏறி மிதித்து, சரமாரியாகத் தாக்கினார்கள். கூட்டத்திலிருந்த யாரோ அவர் மீது வெள்ளைப் பொடியைத் தூவி, நெருப்பைப் பற்ற வைத்தார்கள். தீ, குபீரென்று பற்றி எரிந்தது. அந்தப் பெரியவரிடமிருந்து மரண ஓலம்!

குருத்வாராவுக்குள் இருந்தவர்களுக்கு அதிர்ச்சியாக இருந்தது. ஓடிப்போய் காப்பாற்றுவதற்குள் தீ பற்றிக்கொண்டது. ஏதாவது செய்தாக வேண்டும் என்று பதட்டத்தில் இருந்த சீக்கிய இளைஞர்கள், கூட்டத்தினரை நேருக்கு நேராக எதிர்கொள்வது என்று முடிவெடுத்து, கையிலிருந்த வாளை இறுகப் பிடித்தபடி, கூட்டத்தினர் மத்தியில் பாய்ந்தார்கள். இதைப் பார்த்த கும்பல், சற்றே பின்வாங்கியது. உடனே பாய்ந்து, அந்தப் பெரியவரை மீட்டார்கள். விதி வலியது! கும்பலிடமிருந்து அவரை மீட்டாலும் உயிரைக் காப்பாற்ற முடியவில்லை. மருத்துவமனைக்குக் கொண்டு செல்லும் வழியிலேயே பரிதாபமாக இறந்து போனார். அவரைக் காப்பாற்றுவதற்காக போராடிய அவரது மகனும் சிகிச்சை பலனளிக்காமல் இறந்துவிட்டார்.

மதியம் 1 மணி. குருத்வாரா வாசலில் இருந்த காவல்துறையினர் கட்டுப்பாட்டு அறையை தொடர்பு கொண்டார்கள். பின்னர் ஆயுதமேந்திய ஒரு சிறப்புக் காவல் படை அனுப்பி வைக்கப்பட்டது. ஆனால், போகும் வழியில் வேறொரு பணி வந்ததால், குருத் வாராவுக்குச் செல்லாமல் தீன் மூர்த்தி பவன் சென்றுவிட்டார்கள். கட்டுப்படுத்த முடியாத அளவுக்கு நிலைமை முற்றிவிட்டதும் குருத்வாராவுக்கு வெளியே நின்றிருந்த காவல்துறையினரையும் காணவில்லை. குருத்வாராவுக்குள் இருந்த சீக்கியர்கள் தீன்மூர்த்தி காவல் நிலையத்தைத் தொடர்புகொண்டார்கள். யாரையும் தொடர்பு கொள்ளமுடியவில்லை. வேறு வழியின்றி, கூட்டத்தைக் கலைக்க உள்ளிருந்து வெடிகளை வெடித்தார்கள். கூட்டம், பயப்படாமல் தொடர்ந்து வாசல் அருகே நின்று கொண்டிருந்தது. காலை பத்து மணிக்கு ஆரம்பமான விபரீத விளையாட்டு, மாலை மூன்று மணியையும் தாண்டி தொடர்ந்து கொண்டிருந்தது.

அந்த நேரத்தில்தான் உள்ளூர் காங்கிரஸ் பிரமுகர்கள் அங்கே வர ஆரம்பித்தார்கள். குறிப்பாக, கமல்நாத் மற்றும் வசந்த் சாத்தே. உத்திரப் பிரதேசத்தைச் சேர்ந்த கமல்நாத், காங்கிரஸ் கட்சியின் துடிப்பான இளைய தலைவர். 1980ல் முதல் முறையாக நாடாளு மன்றத்திற்கு தேர்வானது முதல் இந்திரா காந்தி குடும்பத்திற்கு நெருக்கமானவர். இன்னொருவர், வசந்த் சாத்தே, கட்சியின் வழக்கறிஞர். கமல்நாத்தை விட வயதில் மூத்தவர். எமர்ஜென்ஸியின் போது இந்திரா காந்தியின் நம்பிக்கைக்குரியவராக இருந்தவர்.

சம்பவ இடத்திற்கு கமல்நாத் வந்ததும், கூடவே சிறப்புக் காவல் படையும் வந்துவிட்டது. குருத்வாராவைச் சுற்றி, காவல்துறை தன்னுடைய படைகளைக் குவித்தது. குருத்வாராவின் நிர்வாகியான குர்தியால் சிங், காங்கிரஸ் தலைவர்களை அணுகி, கூட்டத்தைக் கலைப்பதற்கு உதவ கேட்டுக்கொண்டார்.

கமல்நாத், கூட்டத்தினர் மத்தியில் பேசினார். இப்போது முன்பை விட கூட்டம் அதிகமாகியிருந்தது. சீக்கியர்களுக்கு எதிரான குரல்களும் ஓங்கி ஒலித்தன. காரணம், வதந்தி. சீக்கியரல்லாத நான்கு பேர் , குருத்வாராவுக்குள் உயிருடன் எரிக்கப்பட்டதாகவும் இன்னும் சிலர் உள்ளே பிணையக் கைதிகளாகப் பிடித்து வைக்கப்பட்டிருப்ப தாகவும் வதந்தி பரவியது. இதனால் கூட்டத்தினர் கடுங்கோப மடைந்து கல்வீச்சில் இறங்கினார்கள். குருத்வாராவுக்குள் கற்கள் வந்து விழுந்ததும், சீக்கியர்களும் கொதித்துப் போனார்கள். லைசென்ஸ் துப்பாக்கி வைத்திருந்த இரண்டு சீக்கியர்கள், கல்வீச்சில் ஈடுபட்டிருந்த கும்பலைக் கலைக்க வானை நோக்கி சுட்டதும் விபரீதமாகிவிட்டது.

இதைத் தொடர்ந்து தள்ளுமுள்ளு ஆரம்பமானது. கூட்டத்தைச் சமாளிக்க முடியாமல் சிறப்புக் காவல்படையும் திணறியது. கூட்டத்திற்கு நடுவே மாட்டிக் கொண்ட சப் இன்ஸ்பெக்டர் ஹோசியர் சிங்கின் கையிலிருந்த ரிவால்வரைப் பிடுங்கிய ஒருவன், குருத்வாராவை நோக்கி சுட்டான். இரு தரப்பிலும் துப்பாக்கிகள் வெடித்தன. வாசல் கதவை உடைத்துவிட்டு குருத்வாராவுக்குள் நுழைந்தார்கள். உள்ளேயும் பதிலடி தர சீக்கியர்கள் தயாராக இருந்தார்கள். கோபமடைந்த கும்பல், நேருக்கு நேர் மோதியது.

இரவு ஏழு மணிக்கு வந்த சிறப்புக் காவல்படையின் இன்னொரு பிரிவு, குருத்வாராவுக்குள் நுழைந்து கலவரக்காரர்களைத் துரத்தியடித்து, சீக்கியர்களை மீட்டது. மீட்கப்பட்டவர்கள் பஞ்சாரா ஹில்ஸ் முகாமுக்கு அனுப்பி வைக்கப்பட்டார்கள். குருத்வாரா

வாசலில் இரண்டு சீக்கியர்களின் உடல்கள் கிடந்தன. குருத்வாராவுக்குள் சீக்கியரில்லாத யாரும் இறக்கவும் இல்லை, பிணையாகவும் இல்லை.

நவம்பர் 1 அன்று நடந்த இன்னொரு முக்கியமான சம்பவம், தற்போது மத்திய அமைச்சராக உள்ள ராம் விலாஸ் பாஸ்வானின் இல்லத்தில் நடந்தது. டாக்டர் ராஜேந்திர பிரசாத் ரோடு, தீன் மூர்த்தி பவன் பகுதியின் மறுபுறத்தில் அவரது வீடு இருந்தது. பாஸ்வான், பிகாரைச் சேர்ந்த இளம் எம்.பி. ஜனதா கட்சியைச் சேர்ந்தவர். காங்கிரஸ் ஆட்சியை எதிர்த்தவர்களில் முக்கியமானவர்.

காலை 11 மணி. டாக்ஸி ஸ்டாண்ட் அருகே ஒரு சர்தார்ஜி தனியாக நடந்து வந்து கொண்டிருந்தார். அவரை வழிமறித்த ஒரு கும்பல், தாக்குதலில் இறங்கியது. அவர்களிடமிருந்து தப்பிய சர்தார்ஜி, பக்கத்தில் இருந்த பாஸ்வானின் இல்லத்திற்குள் நுழைந்துவிட்டார். வாசலில் இருந்த காவலாளியும் அவரைக் காப்பாற்றி, உள்ளே இழுத்து, வாசல் கதவைப் பூட்டிவிட்டார். துரத்தி வந்த கும்பல், சர்தார்ஜியை வெளியே அனுப்புமாறு கோஷமிட்டது.

அப்போது பாஸ்வான் வீட்டில் இல்லை. சீக்கியர்களுக்கு எதிரான தாக்குதல்களைத் தடுத்து நிறுத்துமாறு கோரி எதிர்க்கட்சித் தலைவர்களோடு சேர்ந்து குடியரசுத் தலைவரை சந்தித்து மனு தருவதற்காக சென்றிருந்தார். வீட்டில் இருந்த பாஸ்வானின் செயலாளர், வெளியே வந்து கும்பலைக் கலைந்து செல்லுமாறு கேட்டுக்கொண்டார். ஆனால், யாரும் கலைந்து செல்லவில்லை.

சர்தார்ஜியை வெளியே அனுப்ப வேண்டும் என்று தொடர்ந்து கோஷமிட்டார்கள். செயலாளர், உள்துறை அமைச்சகத்தைத் தொடர்புகொண்டதும், நரசிம்மராவின் தனிச் செயலர் இணைப்பில் வந்தார். நடந்த சம்பவங்களைக் கேட்டுக் கொண்டவர், உடனே காவல்துறையினரை அனுப்பி வைப்பதாகச் சொன்னார். ஆனால், காவல்துறையும் வரவில்லை, கும்பலும் கலைந்து செல்லவில்லை.

வெளியில் இருந்த பாஸ்வானுக்கு நடந்தவையெல்லாம் தெரிவிக்கப் பட்டது. விஷயத்தைக் கேள்விப்பட்டதும் அங்கிருந்து உடனே குடியரசுத்தலைவர் அலுவலகத்தைத் தொடர்பு கொண்டார். அங்கே உள்துறை அமைச்சகத்தைத் தொடர்பு கொள்ளுமாறு அறிவுறுத்தினார்கள். இரண்டு முறை முயற்சி செய்தும் உள்துறை அமைச்சகத்தில் யாரையும் தொடர்பு கொள்ள முடியவில்லை. பாஸ்வான் வீட்டு வாசலிலோ முன்பைவிட கூட்டம் அதிகமாக ஆரம்பித்திருந்தது.

ஏராளமான காங்கிரஸ் தொண்டர்கள் கட்சிக் கொடியோடு வந்து கோஷமிட ஆரம்பித்தார்கள். ஜனதா கட்சியைச் சேர்ந்த பாஸ்வான், தீயசக்திகளுக்கு ஆதரவு தருவதாகவும் கூச்சல் எழுந்தது. ஆளுயுர வாசல் கதவில் மேல் ஏறி நின்றபடி சிலர் கோஷமிட்டார்கள். வாசலில் இருந்த செக்யூரிட்டி, வானை நோக்கி சுட்டார்.

பயந்து பின்வாங்கிய கும்பல், சிறிது நேரத்தில் பெரும் படையுடன் திரும்பி வந்தது. வாசல் கதவை உடைத்து உள்ளே நுழைந்தவர்கள், அங்கிருந்த பாஸ்வான் நண்பரது காரைத் தீக்கிரையாக்கினார்கள். உள்ளே வந்தவர்களில் 10, 12 பேர் உள்ளே நுழைந்தார்கள். அங்கே பயத்தில் உறைந்து போய் உட்கார்ந்திருந்த சர்தார்ஜியை பிடித்து, அங்கேயே உயிரோடு கொளுத்தினார்கள். மொத்த சம்பவமும் ஒரு சில மணித்துளிகளில் நடந்து முடிந்துவிட்டது. வீட்டில் இருந்தவர்களெல்லாம் அதிர்ச்சியில் உறைந்து போனார்கள். வந்த வேலை முடிந்ததும், கும்பல் அங்கிருந்தது தப்பித்தது. எல்லாம் முடிந்து, எழுமணிக்குப் பின்னரே காவல்துறை வந்து சேர்ந்தது.

பாஸ்வான் வீடு மட்டுமல்ல, வசதி படைத்த மேட்டுக்குடி சீக்கியர்களின் வீடுகளும் தாக்குதலுக்கு உள்ளாகின. கரோல்பாக், கிருஷ்ணநகர். அவதார்சிங்கின் வீடு இரண்டாவது தெருவில் இருந்தது. டெல்லி முழுவதும் கலவரம் என்பதைக் கேள்விப் பட்டதும் அவதார் சிங் குடும்பம் வீட்டுக்குள்ளேயே முடங்கி விட்டது. நவம்பர் 1 அன்று காலை 11 மணிக்கு அவதார் சிங்கின் வீட்டுக் கதவு தட்டப்பட்டது. கதவைத் திறந்ததும் ரவுடி கும்பல் கையில் ஆயுதங்களோடும், கெரசின் டின்களோடும் உள்ளே நுழைந்தது. அவ்தார் சிங் மற்றும் அவரது குடும்பத்தினரைத் தாக்கி விட்டு, மூன்று மணி நேரம் அங்கேயே இருந்து கொள்ளையடித்த பின்னர் கிளம்பியது. கும்பலில் இருந்த ஒரு சிலரை அவ்தார் சிங்கின் மகன் டால்ஜிந்தர் சிங்குக்கு எங்கேயோ பார்த்த நினைவு.

முந்தின நாள் இரவு, காங்கிரஸ் கட்சியின் எம்பியான தரம் தாஸ் சாஸ்திரி சிலருடன் பேசிக்கொண்டிருந்தது டால்ஜிந்தர் சிங்கிற்கு ஞாபகம் இருந்தது. அதில் கலந்து கொண்டவர்களில் இருவர், மறுநாள் வீட்டை கொள்ளையடித்த கூட்டத்திலும் இருந்தார்கள். அதை முன்வைத்து காவல்துறையிடம் ஒரு புகார் கொடுத்தார். எந்த நடவடிக்கையும் எடுக்கப்படவில்லை. காவல்துறை ஆய்வாளரான ரன்பீர் சிங், பின்னாளில் நீதிமன்றத்தில் குறிப்பிடும்போது, டால்ஜிந்தர் சிங் கொடுத்திருந்த புகாரின் அடிப்படையில் உடனே அவதார் சிங் வீட்டிற்குச் சென்று கும்பலை கலைத்து, குடும்பத்தினரையும் காப்பாற்றி, பாதிக்கப்பட்டவர்களை மருத்துவ

மனையில் சேர்த்ததாகவும் குறிப்பிட்டார். உண்மையில் அதற்கு அவசியம் இருக்கவில்லை. ஏனென்றால், அவதார் சிங்கின் வீட்டிலேயே டாக்டர் இருந்தார். அவரது இளைய மகன் ஒரு டாக்டர். பாதிக்கப்பட்டவர்கள் தந்த பெரும்பாலான புகார்களை, காவல்துறை இப்படித்தான் கையாண்டிருக்கிறது. எந்தவொரு நடவடிக்கையும் எடுக்காமல், கும்பலைக் கலைத்து, சீக்கியர்களைக் காப்பாற்றியதாக டெல்லி காவல்துறை பதிலளித்திருக்கிறது.

நவம்பர் 1 அன்று ஒரு நாளில் மட்டும் தில்லியின் கரோல்பாக் பகுதியில் நடைபெற்ற வன்முறைச் சம்பவங்கள் குறைந்தபட்சம் 90 இருக்கலாம். ஆனால் 10 வழக்குகள் கூட முறையாகப் பதிவு செய்யப்படவில்லை. அடுத்து வந்த இரண்டு நாள்களும் அப்பகுதி முழுவதும் வன்முறை, ருத்ர தாண்டவமாடியது. தாக்குதலில் இருந்து சீக்கியர்களின் ஒரு வீடுகூடத் தப்பவில்லை. கடைகள், தீ வைத்துக் கொளுத்தப்பட்டன. மூன்று நாட்களில் மட்டும் ஏழு இடங்களில் 153 முறை துப்பாக்கிச்சூடு நடத்தியதாக காவல்துறை அறிக்கை குறிப்பிட்டது. எதற்காக துப்பாக்கிச் சூடு நடத்தப்பட்டது? எத்தனை பேர் இறந்தார்கள்? எத்தனை பேர் காயப்பட்டார்கள்? சற்று விரிவாகவே பார்க்கலாம்.

நவம்பர் 1. காலை 7 மணி. ரூப்நகரில் இருந்த சீக்கிய குடியிருப்புகளின் கதவுகள் தட்டப்பட்டன. கதவைத் திறந்த அரவிந்த் கவுரின் கணவரின் நெஞ்சில் கத்தியால் சொருகிவிட்டு, வீட்டுக்குள் நுழைந்தது ஒரு கும்பல். நிலைகுலைந்து கீழே விழுந்த அவரது கணவர் மீது கெரசின் டின்னைக் கவிழ்த்தார்கள். பயத்தில் வீட்டை விட்டு குழந்தைகளோடு தெருவுக்கு ஓடி வந்ததால் அரவிந்த் கவுர் உயிர் தப்பினார். ரூப்நகரின் 5 சீக்கிய குடும்பங்களும் ஒரு குருத்வாராவும் அன்றைய தினத்தின் அதிகாலை நேரத்திலேயே தாக்குதலுக்கு உள்ளாகின.

டெல்லி நகரம் முழுவதும் காங்கிரஸ் தலைவர்கள், தங்களது ஆதரவாளர்களுடன் ரகசியக் கூட்டம் நடத்தினார்கள். பாலம் காலனியில் ஷங்கர் லால் ஷர்மா, தன்னுடைய ஆதரவாளர்களுடன் கூட்டம் நடத்தினார், அதில் கலந்துகொண்ட குமார், சீக்கியர்களைக் கொல்லப்போவதாகத் திட்டமிடுவதை நேரில் பார்த்துவிட்டு, தன்னுடைய நண்பரான சுஜன் சிங்கைத் தொடர்புகொண்டு உடனே டெல்லியிலிருந்து கிளம்பிவிடுமாறு எச்சரித்திருக்கிறார். ஒரு சில இடங்களில் சீக்கியரல்லாத நண்பர்களின் எச்சரிக்கையால் ஒரு சிலர் தப்பித்து பஞ்சாப் புறப்பட்டிருக்கிறார்கள். பலர் அதை நம்ப மறுத்து பலியாகியிருக்கிறார்கள்.

காலை 8 மணி. சாணக்கியபுரி. கௌடில்ய மார்க். காங்கிரஸ் கட்சியின் கொடியை ஏந்தியபடியே ஏராளமான காங்கிரஸ் தொண்டர்கள் குவிய ஆரம்பித்தார்கள். கௌடில்ப மார்க் பகுதியிலிருந்த அனைத்து சீக்கியர்களின் கடைகளும் கொள்ளையடிக்கப்பட்டன. பதினோரு மணியளவில் மிலிட்டரி ரோடு பகுதியில் இருந்த முன்னாள் ராணுவ வீரர் அஜித் சிங்கின் வீட்டை ஒரு கும்பல் சுற்றி வளைத்தது. வீட்டை வெளியில் பூட்டி, தீ வைத்துக் கொளுத்தினார்கள்.

தீ பற்றி எரிவதைப் பார்த்துவிட்டு அங்கு வந்த காவல்துறையின் ரோந்துபடை, துப்பாக்கிச் சூட்டில் இறங்கியது. எரிந்துகொண்டிருந்த வீட்டிலிருந்து உயிர் தப்பி வந்த அஜித் சிங் குடும்பத்தை காவல்துறையினரே சரமாரியாக தாக்கினார்கள். கும்பலின் தாக்குதலுக்குப் பயந்து எரியும் வீட்டில் முடங்கியிருந்த குடும்பம், காவல்துறை வந்த பின்னர்தான் நம்பிக்கையோடு வெளியே வந்தது. கும்பலோடு சேர்ந்து காவல்துறையும் தாக்கியது அஜீத் சிங்குக்குப் பெரிய அதிர்ச்சியைத் தந்தது.

முன்னாள் ராணுவ வீரரான அஜித் சிங், அவமானப்படுத்தப்பட்டதாக உணர்ந்தார். காவல் துறையின் தாக்குதலால் அவரது மகனும் படு காயமடைந்திருந்தார். தாக்குதல் நடத்திய காவல்துறையினர் மீது புகார் கொடுத்தார். தவறான புகார் என்று மறுத்த காவல்துறை அவர் மீது மோசடி வழக்கொன்றைப் பதிவு செய்தது. அது தவறான வழக்கு என்று நிரூபித்து வழக்குகளிலிருந்து வெளிவர அஜித் சிங்குக்குச் சில ஆண்டுகள் ஆயின.

அஜித் சிங்கிற்கு கிடைத்த அதே அனுபவம்தான் ஏராளமான ஓய்வுபெற்ற சீக்கிய ராணுவ அதிகாரிகளுக்குக் கிடைத்தது. இவர்களெல்லாம் வசதி படைத்த மேட்டுக்குடி சீக்கியர்கள் என்கிற பிம்பம் பொதுமக்கள் மத்தியில் அழுத்தமாக இருந்தது. பஞ்சாபில் சீக்கியர்கள் தனிநாடு கேட்டுப் போராட நிதியுதவி செய்கிறார்கள்; பஞ்சாபில் ஏதாவது நடந்தால் ராணுவப் பதவியிலிருந்தும் ராஜினாமா செய்துவிடுகிறார்கள். தனிநாடு, தனிமாநிலம் வேண்டுமென்றால் பஞ்சாபில் போய் இருந்துகொள்ளவேண்டியதுதானே, எதற்காக டெல்லியில் இருக்கிறார்கள்? இதெல்லாம் டெல்லிவாசிகளில் மனதில் இயல்பாக எழும் கேள்விகள்.

சீக்கியர்களுடன் எப்போதும உடனிருக்கும் கூரான உடைவாள், உரிமம் பெற்ற துப்பாக்கி, குறுவாள் ஆயுதங்கள் மத அடையாளம் என்பதையும் தாண்டி, சாமானியர்கள் மத்தியில் பீதியைக் கிளப்பியிருந்தன. ஆயுதமேந்திய சீக்கியர்கள், நாட்டுக்கெதிராகச் சதி

செய்கிறார்கள்; இந்திராவைக் கொலை செய்துவிட்டார்கள். இனி டெல்லியைக் கைப்பற்றி, பாகிஸ்தானோடு இணைந்து சதி செய்து, இன்னொரு அரசை அமைக்கப்போகிறார்கள் என்றெல்லாம் கிளம்பிய வதந்திகள், சீக்கியர்களுக்கு எதிரானவையாக இருந்தன. இது போன்ற வதந்திகளைக் கிளப்பியவர்கள் யார்? பொது மக்களா? காங்கிரஸ் கட்சியின் தொண்டர்களா? என்கிற சந்தேகமும் எழுகிறது. ஆரம்பத்தில் பொதுமக்கள் இதை நம்பத் தயாராக இல்லை. பின்னர் நம்ப வைக்கப்பட்டார்கள்.

ஓரிரு இடங்களில் கொள்ளை முயற்சிகள் சீக்கியரல்லாத பொது மக்களின் கடும் எதிர்ப்பால் கைவிடப்பட்டிருக்கின்றன. ஆனால், நீண்ட நேரம் இவையெல்லாம் நீடிக்கவில்லை. காரணம், இது போன்ற வதந்திகளின் வீச்சில், சாமானியர்கள் உணர்ச்சிக்கு அடிமையானார்கள். மேற்கு படேல் நகரின் மையப் பகுதியில் இருந்த கேப்டன் மன்மோகன்சிங்கின் வீட்டில் தாக்குதல் நடந்த போது பொதுமக்கள் தலையிட்டு, தாக்குதலைத் தடுத்து நிறுத்தி னார்கள். பங்களாவின் முன் பகுதியில் இருந்த ரெடிமேட் ஷோரூம் தாக்குதலுக்கு இலக்கானது. 20 பேர் கொண்ட கும்பல் ஒன்று கடையை கொள்ளையடிக்க முயற்சி செய்தது. அக்கம் பக்கத்திலிருந்தவர்கள் ஓடிவந்து எதிர்ப்புக்குரல் எழுப்பியதும் ஓடிவிட்டார்கள்.

மீண்டும் ஒரு மணி நேரம் கழித்து இன்னொரு கும்பல் பெரும் படையுடன் வந்தது. இம்முறையும் சீக்கியரல்லாதவர்கள் உதவிக்கு வந்தார்கள். வந்திருந்த கும்பலோ, துப்பாக்கி ஏந்திய ஏராளமான சீக்கியர்கள் கடைக்குள் ஒளிந்திருப்பதாக செய்தி கிடைத்திருப்ப தாகவும், அவர்களைப் பிடிப்பதற்காக தாங்கள் வந்திருப்பதாகவும் சொன்னார்கள். கடைக்குள் யாருமில்லை என்று மறுத்தாலும், ஏற்றுக் கொள்ளத் தயாராக இல்லை. கடையின் கதவை உடைக்க முயற்சி செய்து, அது முடியாமல் போகவே வாசலில் இருந்த மரச்சாமான் களைக் கொளுத்தினார்கள். காவல்துறையில் புகார் செய்யப்படும் என்று அப்பகுதியைச் சேர்ந்தவர்கள் கடுமை காட்டியதால், வந்திருந்த கும்பல் திரும்பிப் போனது.

மூன்று மணியளவில் அதே கும்பல் மீண்டும் வந்தது. இம்முறை இரண்டு அரசுப்போக்குவரத்துக் கழக பேருந்துகளில் வந்து இறங்கினார்கள். யார் தலையீட்டையும் கண்டுகொள்ளாமல் வெறித்தனமாகக் கடையைத் தாக்கினார்கள். ரெடிமேட் ஷோரூம் முழுதாகக் கொள்ளையடிக்கப்பட்டு, முற்றிலும் தீக்கிரையானது. பின்னர் அதையொட்டி இருந்த சீக்கிய குடியிருப்புகளுக்குள் நுழைந்தவர்கள், கைகளில் இருந்த இரும்புத் தடிகளால் கேட்டை

உடைத்து, கண்ணில் தென்பட்ட அனைத்து வாகனங்களையும் எரித்தார்கள்.

பயந்து போன கேப்டன் மன்மோகன் சிங் குடும்பம், உயிரை காப்பாற்றிக் கொள்ள மொட்டைமாடிக்கு தப்பிச் சென்றது மாலை நான்கு மணி முதல் இரவு எழு மணி வரை அங்கிருந்தபடி தொடர் கொள்ளையில் ஈடுபட்ட கும்பலை, மொட்டை மாடியை நோக்கி வராமல் தடுக்க கேப்டன், தன்னிடமிருந்த துப்பாக்கியால் வானை நோக்கிச் சுட்டார். கூட்டம் கலைய ஆரம்பித்தது. எல்லாம் முடிந்த பின்னர், இரவு எட்டரை மணிக்கு காவல்துறை களத்துக்கு வந்து சேர்ந்தது. வழக்கமான சட்ட நடைமுறைகளும் ஆரம்பமாகின. கேப்டன் துப்பாக்கியால் சுட்டதால் 5 அப்பாவிகள் உயிர் இழந்த தாகவும், வேடிக்கை பார்த்த 5 பேர் படுகாயம் அடைந்ததாகவும் வழக்கு பதிவு செய்யப்பட்டது.

அதே படேல் நகரின் பரிதபுரி. அதே நாள், மதியம் 12 மணி. பூவா சிங்கின் வீட்டுக்கு அருகே காரில் வந்திறங்கிய உள்ளூர் காங்கிரஸ் பிரமுகர்கள், குறிப்பாக தரம் தாஸ் சாஸ்திரி, ராஜேந்தர் குமார் சுக்லா போன்றோர் அங்கு தயாராக இருந்த நூற்றுக் கணக்கானோர் கொண்ட கும்பலுக்கு மத்தியில் உணர்ச்சிகரமாகப் பேசினார்கள். செயல் திட்டம் தரப்பட்டது. எங்கே, எத்தனை சீக்கிய குடும்பங்கள் இருக்கின்றன போன்ற விவரங்களும் வாக்காளர் பட்டியலோடு தரப்பட்டன. கெரசின், பெட்ரோல், பாஸ்பரஸ் பவுடர், நவீன ஆயுதங்கள் அனைத்தும் தாராளமாக அளிக்கப் பட்டன. அடுத்து வந்த ஒரு சில மணி நேரங்களில் பரிதபுரி சீக்கிய காலனியில் இருந்த அனைத்து வீடுகளும் கொள்ளையடிக்கப்பட்டு, தீ வைக்கப்பட்டன.

வாக்காளர் பட்டியலில் உள்ள சீக்கியர்களைத் தேடிக்கண்டுபிடித்து, தீர்த்துவிட்டு அவர்களது தலைப்பாகையையோ அல்லது உடலையோ எடுத்துவருமாறு கட்டளை இடப்பட்டிருந்தது. இந்துக்கள் பெரும்பான்மையாக வசிக்கும் பகுதிகளில் ஓரிரு சீக்கியர்கள் வசித்தாலும், அவர்களையும் தேடிக்கண்டு பிடித்து எரித்து கொன்றார்கள்.

யமுனா விஹாரின் அமர் சிங், வாக்காளர் பட்டியலோடு கொலை யாளிகள் வந்தபோது, பாத்ரூமில் ஒளிந்துகொண்டார். அவரது இரண்டு இந்து நண்பர்களும் அவரைக் காப்பாற்றினார்கள். இன்னொரு கும்பல் வந்து, அமர் சிங்கை இழுத்துக்கொண்டுபோய் கொலைசெய்துவிட்டதாகக் கூறினார்கள். அதைக் கேட்ட கும்பல், வாக்காளர் பட்டியலில் இருந்த அவரது பெயரை அடித்துவிட்டு,

அமர் சிங்கின் உடல் எங்கே கிடைக்கும் என்று துருவித்துருவி கேட்டிருக்கிறார்கள். அதையும் அந்தக் கும்பலே எடுத்துச் சென்றுவிட்டது என்று சொல்லி சமாளித்தபின்னரே அங்கிருந்து கிளம்பினார்களாம்.

பாண்டா சிங், பிரிவினையின்போது பாகிஸ்தானிலிருந்து இந்தியாவுக்கு வந்தவர். நோய் காரணமாகப் படுத்த படுக்கையாக இருந்திருக்கிறார். லாப் சிங் என்னும் அவரது மூத்த மகன், கட்டுமஸ்தானவர். அவரையும் அடித்துச் சாய்த்த கும்பல், கெரசின் ஊற்றி கொளுத்திவிட்டுப்போனது. நீர் கேட்டு குரல் கொடுத்த லாப் சிங்கிற்கு தட்டுத்தடுமாறியபடியே அவரது தாய் பாண்டா சிங் தண்ணீர் கொடுத்திருக்கிறார். மருத்துவமனையில் சேர்க்க வழியில்லாமல் பாதி எரிந்த நிலையில் பல மணி நேரங்கள் உயிருக்குப் போராடிக்கொண்டிருந்தவரை, திரும்ப வந்து பார்த்த அதே கும்பல், இன்னும் சாகவில்லை என்று தடியால் அடித்து கொன்றுவிட்டது.

பரிதபுரியைத் தாக்கிய ஏறக்குறைய ஆயிரம் பேர் கொண்ட அந்தக் கும்பலுக்கு ராஜிந்தர் சுக்லாவும் தரம் தாஸ் சாஸ்திரியும் தலைமை தாங்கினார்கள் என்கிறார்கள் கொள்ளையை நேரில் பார்த்த சாட்சிகள். 'ஒரு கடையைக் கூட விட்டு விடாதீர்கள்! அடித்து, உடையுங்கள்... தீ வைத்து எரியுங்கள்!' என்று தெளிவான கட்டளைகள் தொடர்ந்து வந்துகொண்டே இருந்தன. வந்திருந்த கும்பலும் அதைச் செவ்வனே செய்து முடித்தார்கள். ஒரு சில இடங்களில் கொதித்து எழுந்த சீக்கியர்கள், உடைவாளோடு கூட்டத்தை எதிர்கொண்டு விரட்டியடித்தார்கள். அப்போதைக்குப் பின்வாங்கினாலும் பின்னர் பெருங்கூட்டத்தோடு மீண்டும் வந்து, நினைத்ததைச் சாதித்துக் கொண்டது கலவரக்கும்பல். வீட்டையும் உடைமையையும் இழந்தவர்களில் பூவா சிங்கும் ஒருவர். வீட்டுக்கு தீ வைப்பதைத் தடுத்தபோது அவரது சகோதரர் தாக்கப்பட்டார். படுகாயமடைந்தவரை மருத்துவமனையில் சேர்க்க வழியில்லை. உதவிக்கு காவல்துறையை இருமுறை தொடர்பு கொண்டபோதும், 'நிலைமையை நீங்களே சமாளித்துக் கொள்ளுங்கள்' என்றே அறிவுரை தரப்பட்டது.

அதே நாள், அதே காலை. பஹர்கன்ஜ் ராஜகுரு ரோடின் இருபுறமுமுள்ள சீக்கியர்களின் கடைகளும் வாகனங்களும் சேதப்படுத்தப்பட்டன. ரோடின் மையத்தில் இருந்த பிரபலமான பெயிண்ட் கடையான சஹனி பெயிண்ட்ஸ் கொடூரமான தாக்குதலுக்கு உள்ளானது. கடையின் பூட்டை உடைத்து 20 பேர்

கொண்ட கும்பல் உள்ளே நுழைந்து கொள்ளையடிப்பதைக் கேள்விப்பட்டு, கடை முதலாளிகள் வந்துவிட்டார்கள். முதலாளிகள் நான்கு பேரில், ஒருவரிடம் லைசென்ஸ் பெற்ற துப்பாக்கி இருந்தது. கூட்டத்தைக் கலைக்க துப்பாக்கியை எடுத்து, ஆறு ரவுண்டுகள் சுட்டார். கூட்டம் கலைந்து, சிதறி ஓடியது.

கொள்ளையர்களிடமிருந்து கடையைக் காப்பாற்றிய நிம்மதியோடு கடைக்குள் சென்ற நால்வரும், உள் ஷட்டரை இழுத்து பூட்டிக் கொண்டார்கள். கடைக்கு வெளியே, மீண்டும் பெருங்கூட்டம் கூடியதை அவர்கள் கவனிக்கவில்லை. கலவர கும்பல், இம்முறை பெரிய திட்டத்தோடு வந்திருந்தது. எங்கிருந்தோ ஓர் உருளை வடிவ டிரம்மை எடுத்து வந்திருந்தார்கள். அதற்குள் கெரசின் மற்றும்சில பொருள்களைக் கொட்டி, பற்ற வைத்து கடையை நோக்கி உருட்டிவிட்டார்கள். கடையின் ஷட்டரைத் தொட்டதும், டிரம் பெரும் சத்தத்தோடு வெடித்துச் சிதறியது. கடைக்குள் இருந்த அந்த நால்வரும் உடல் கருகி இறந்து போனார்கள்.

ரவுடிகள் ராஜ்ஜியமாக இருந்த அந்த மூன்று நாட்களும் காவல்துறையினர் எங்கே போனார்கள்? பெரும்பாலான சம்பவங்கள் பற்றிய செய்திகள் காவல்துறை கட்டுப்பாட்டு அறையை எட்டியிருக்கின்றன. பாதுகாப்பு ரோந்து பணியில் ஈடுபட்டிருந்த காவல்துறையினரும் களத்தில் இருந்திருக்கிறார்கள். ஆனாலும், சட்டம் ஒழுங்கு நிலையை கட்டுக்குள் கொண்டுவரமுடியவில்லை. அதை தடுப்பதற்கோ, கட்டுக்குள் கொண்டு வருவதற்கோ எந்தவித ஆக்கப்பூர்வப் பணிகளும் மேற்கொள்ளப்படவில்லை.

அதே நாள், அசோக் விகார், நிம்ரி காலனியைச் சேர்ந்த சீக்கியர்களின் வீடுகளும் கொள்ளையடிக்கப்பட்டு, வாகனங்களும் கொளுத்தப்பட்டன. தாக்குதல் பற்றிக் கேள்விப்பட்டதும் சப் இன்ஸ்பெக்டர் மங்கேராம் களத்துக்கு வந்துவிட்டார். அப்பகுதியின் கவுன்சிலரான சந்த்பந்துவின் மகனும் மருமகனும் ஜீப்பில் வந்து இறங்கினார்கள். ஜீப்பில் இருந்து பெட்ரோல் குண்டுகள் இறக்கப் பட்டன. அழைத்து வரப்பட்ட கும்பல், திட்டமிட்டபடி தாக்குதல் களை முன்னின்று நடத்தியது. சீக்கியர்களுக்கு எதிரான தாக்குதல்கள் அனைத்தும் காவல்துறையினர் முன்னிலையில் நடந்தன.

மங்கேராம் தலைமையிலான காவல்படை அவற்றையெல்லாம் தடுக்கவோ கூட்டத்தைக் கலைக்கவோ முயற்சி செய்யவில்லை. நிம்ரி காலனியைச் சேர்ந்த மான் சிங் வீடு கொள்ளையடிக்கப் பட்டபோது, கொள்ளையர்களோடு கொள்ளையர்களாக சப் இன்ஸ்பெக்டர் மங்கேராமும் வீட்டுக்குள் நுழைந்து கட்டுக்கட்டாக

கரன்ஸிகளை அள்ளிச்சென்றார். மாங்கேராம் பெயரைக் குறிப்பிட்டு மான் சிங் புகார் தெரிவித்தார். அதன் அடிப்படையில் வழக்குப் பதிவு செய்யப்பட்டு 12 பேர் கைது செய்யப்பட்டார்கள். பின்னாளில் வழக்கு விசாரணைக்கு வந்தபோது கொள்ளையில் ஈடுபட்டவர் களைத் தன்னால் அடையாளம் காட்ட முடியவில்லை என்றார் மான் சிங். மாங்கேராம் மீதான வழக்கு தள்ளுபடியானது. கைது செய்யப் பட்ட 12 பேரும் விடுதலை செய்யப்பட்டார்கள். மங்கேராம் மீது துறை ரீதியான நடவடிக்கைகள்கூட எடுக்கப்படவில்லை.

சாரை ரோஹில்லா பகுதியிலிருந்த குருத்வாரா கலவரக்காரர்களால் சுற்றி வளைக்கப்பட்டது. இரண்டாயிரம் பேர் திரண்டு கோஷமிட்ட படி இருந்தார்கள். குருத்வாராவின் தலைவர், அனைத்து சீக்கியர்களையும் குருத்வாராவுக்குள் வரவழைத்தார். தாக்குதல் தொடுத்த கும்பல் மீது பதிலடி தர முடிவு செய்யப்பட்டது. மூன்று மணியளவில் களத்திற்கு வந்த காவல் துறையினர், துப்பாக்கிச் சூடு நடத்தி கூட்டத்தை கலைப்பதாக உறுதியளித்தார்கள். இதனால் பின்வாங்கிய சீக்கியர்கள், குருத்வாராவுக்குள் சென்றனர். கும்பலை கலைப்பதாக்க் கூறிய, காவல்துறை குருத்வாரா மீது துப்பாக்கிச் சூடு நடத்தியது. இதில் ஐந்து சீக்கியர்கள் பலியானார்கள். இதே போன்று கபிர்பஸ்தி பகுதியில் நடந்த சம்பவமும் கொடூரமானது. 10 சீக்கியர்கள் உயிரோடு எரித்துக் கொல்லப்பட்டபோது, சம்பவ இடத்தில் காவல்துறை துணை ஆணையரும், அப்பகுதியின் தலைமைக் காவலரும் இருந்திருக்கிறார்கள். யாரையும் விடாதீர்கள், எந்தவொரு தடயத்தையும் விட்டு வைக்காதீர்கள் என்று கும்பலைத் தூண்டிவிட்டதே அவர்தான் என்று துணை ஆணையர் ரக்பீர் சிங் மாலிக் மீது வழக்குப் பதிவு செய்யப்பட்டது. ஆனால், பின்னாளில் ஆதாரமில்லாத காரணத்தினால் வழக்கு தள்ளுபடியாகிவிட்டது.

மங்கேராம், ரக்பீர் சிங் போன்ற காக்கி கருப்பு ஆடுகள், கலவர நிலைமையைத் தங்களுக்குச் சாதகமாக பயன்படுத்திக் கொண்டார்கள். ஏனையவர்கள் கடமையைச் செய்யாமல் குழப்பத்திலோ, பயத்திலோ இருந்தார்கள் என்பது மட்டும் தெளிவாகிறது. கலவரத்தை முன்னின்று நடத்தும் ஆளுங்கட்சி பிரமுகர்களுக்கு மேலிடத்தின் பரிபூரண ஆசீர்வாதம் இருப்பதாக நினைத்த காவல்துறையினர் அமைதியாக இருந்துவிட்டார்கள்.

டெல்லியின் சீக்கிய குடியிருப்புகள் மட்டுமல்ல, டெல்லி புறநகர் பகுதியிலும் சீக்கியர்கள் நடத்தி வந்த வணிக வளாகங்கள், திரையரங்குகள், தொழிற்பேட்டைகள் என பல இடங்கள் தாக்குதலுக்கு உள்ளாகின. ஒரு திரையரங்கு முற்றிலுமாகத்

தீக்கிரையானது. வாசிர்பூர் தொழிற்பேட்டையில் இருந்த சில தொழில் நிறுவனங்களும் தாக்கப்பட்டன. திட்டமிட்டு நடத்தப் பட்ட தாக்குதலில் இளைஞர் காங்கிரஸ் துணைத் தலைவர் ராம் சந்தர் நகோரியாவும் சம்பந்தப்பட்டிருந்தது பின்னாளில் நிரூபிக்கப் பட்டது.

ஜாம்னா பஜார் அருகே இருந்த தன்னுடைய வீட்டில் உறங்கிக்கொண்டிருந்த பாக்கர்நாத், சத்தம் கேட்டு எழுந்தபோது காங்கிரஸ் கட்சியின் கவுன்சிலரான லகரிசிங் தலைமையிலான கூட்டம் சீக்கியர்களுக்கு எதிரான கோஷங்களை எழுப்பியபடி சென்று கொண்டிருந்ததைக் கவனித்தார். சுதாரிப்பதற்குள், லகரி சிங்கின் நண்பரான ராம்லால், பாக்கர்நாத்தைப் பார்த்துவிட்டார். கூட்டத்தை நிறுத்தி, பாக்கர்நாத்தை தாக்குமாறு உத்தரவிடவே, அங்கிருந்து தப்பிய பாக்கர்நாத், கஷ்மீரி கேட் காவல்நிலையத்தில் தஞ்சமடைந்தார். நடந்த சம்பவத்தை விவரித்து ஒரு புகார் எழுதிக் கொடுத்தார். ஆனால், புகாரை யாரும் வாங்கிக் கொள்ளத் தயாராக இல்லை. பாக்கர்நாத் போன்று புகார் கொடுக்க முயன்று தோற்ற வர்கள் டெல்லி முழுவதும் இருந்தார்கள். அதன் காரணமாகத்தான் மூன்று நாட்களில் 3000 பேர் கொல்லப்பட்டபோதும் 1000 வழக்குகள்கூடப் பதிவு செய்யப்படவில்லை.

நவம்பர் 1. மதியம் 1:30 மணி. சடர்பஜார் பகுதிபிலிருந்த குருத்வாராவை ஒரு கூட்டம் தாக்கியது. கையில் பெட்ரோல் குண்டு, கெரசின் சகிதம் நேராக குருத்வாராவுக்குள் புகுந்தவர்களை குருத்வாராவின் தலைமைப் பொறுப்பில் இருந்த சர்தார் தாக்கூர் சிங் தடுத்தார். இரு கைகளையும் குவித்தபடி, கும்பலிடம் கலைந்து செல்லுமாறு மன்றாடி கேட்டுக்கொண்டிருந்தபோது அவரது முதுகில் முதல் அடி விழுந்தது. கும்பலுக்குத் தலைமையேற்று வந்திருந்த ரவி என்பவன் தனது கையிலிருந்த இரும்புத்தடியால் தாக்கியதும் தாக்கூர் சிங் சுருண்டு விழுந்தார். அவரை இழுத்து நடுரோட்டில் தள்ளியவர்கள், எங்கிருந்தோ எடுத்து வந்த டயரைக் கழுத்தில் மாட்டினார்கள். அதில் கெரசினைக் கவிழ்த்து, உயிரோடு கொளுத்தினார்கள்.

அதே வெறியோடு குருத்வாராவுக்குள் புகுந்த கூட்டம், அங்கே தாக்குதலினால் காயம்பட்டு ஓய்வெடுத்துக் கொண்டிருந்த இரண்டு சீக்கியர்களை வெளியே தூக்கிக் கொண்டு வந்தது. அவர்களுக்கும் டயர் மாலை அணிவித்து, தீயிட்டு உயிரோடு கொளுத்தினார்கள். அந்நேரத்தில் அங்கு வந்து இறங்கிய காவல்துறையினர், குருத் வாராவை நோக்கி துப்பாக்கி சூடு நடத்தியதுடன், கூட்டத்தினரைப்

பார்த்து கோபமாக, '3 பேரைத்தான் உங்களால் கொல்லமுடிந்ததா? இத்தனை பேர் இருந்தும் 5,6 சர்தார்ஜிகளைக் கூடவா கொல்ல முடியவில்லை?' என்று கேட்டார்களாம்.

இரவு பத்து மணியைக் கடந்த பின்னரும் தாக்குதல்கள் தொடர்ந்தன. பதர்பூரில் கமல்ஜித் சிங்கின் ஹோட்டல் நள்ளிரவு நேரத்தில் தாக்கப்பட்டது. மறுநாள் காலை, காவல்நிலையத்துக்குச் சென்று புகார் அளித்தபோது, புகாரை ஏற்க மறுத்தார்கள். காவல்துறை நிலையத்துக்குச் சென்றுவிட்டு, திரும்பினால் உயிருக்கு உத்தரவாதமில்லை என்று ஏற்கெனவே மிரட்டப்பட்டிருந்த காரணத்தால் கமல்ஜித் சிங் திரும்பிப் போக மறுத்துவிட்டார். காவல் நிலையத்துக்கு அருகிலேயே கூடாரம் அமைத்து குடும்பத்துடன் தங்கினார். அங்கும் புகுந்த கும்பல் அவரது அப்பாவையும், தம்பியையும் அடித்துக் கொன்றது. படுகாயங்களுடன் தப்பிய கமல்ஜித் சிங், சப்தர்ஜங் மருத்துவமனைக்கு அழைத்துச் செல்லப்பட்டார். பக்கத்திலேயே காவல்நிலையம் இருந்தும் யாரும் வந்து எட்டிப்பார்க்கவில்லை.

ஆசாத் மார்கெட் பகுதியில் இருந்த புல் பங்கேஷ் குருத்வாரா, மற்ற பகுதிகளைப் போன்று காலை 9 மணிக்கே தாக்குதலுக்கு உள்ளானது. நடந்த சம்பவங்களுக்கு நேரடி சாட்சியாக இருந்தவரான குருத் வாராவின் தலைமை குரு சுரேந்திர் சிங், ஒட்டுமொத்த கொள்ளைக் கும்பலையும் தலைமையேற்று நடத்தியவரென்று காங்கிரஸ் எம்பியின் பெயரைக் குறிப்பிட்டார். அவர்தான் ஜெகதீஷ் டைட்லர்! அப்போதைய டெல்லி சதார் தொகுதியின் எம்.பி.

பாரா இந்துராவ் காவல்நிலையத்தில் தன்மீது புகார் அளித்தவரை, வீடு தேடி வந்து டைட்லர் சந்தித்திருக்கிறார். இரு வெள்ளைத் தாள்களில் கையெழுத்திடுமாறு டைட்லர் மிரட்டியதாகவும் சுரேந்திர் சிங் குற்றம்சாட்டினார். அவரது புகாரை அடிப்படையாக வைத்து, பல ஆண்டுகளுக்குப் பிறகு டைட்லர் மீது வழக்கு பதிவு செய்யப்பட்டது.

2012 வரை இழுத்தடிக்கப்பட்ட வழக்கு, பின்னர் நீர்த்துப் போனது. வழக்கு விசாரணையின்போது சாட்சிகள் பல்டியடித்தார்கள். டைட்லரை நேரில் பார்த்ததில்லை என்றார் சுரேந்திர் சிங். சுரேந்திர் சிங்குக்கு ஆங்கிலம் எழுதவோ படிக்கவோ தெரியாது என்றெல்லாம் நடந்த வாதப் பிரதிவாதங்களுக்குப் பின்னர், வழக்கு தள்ளுபடியானது. சுரேந்திர் சிங் மட்டுமல்ல இன்னும் சிலரும் டைட்லரைக் குற்றம் சாட்டினார்கள்.

ஜஸ்பீர் சிங் என்பவர் டைட்லர் மீது ஒரு குற்றச்சாட்டை முன் வைத்தார். நவம்பர் 3 அன்று டி.பி மருத்துவமனை வளாகம் அருகே காரில் வந்த டைட்லர், அங்கிருந்த ஒருவரைக் கடுமையாக திட்டிக் கொண்டிருந்ததாகவும், ஒப்புக்கொண்டபடி நிறைய சர்தார்ஜிகளைக் கொல்லவில்லை; கிழக்கு டெல்லி, டெல்லி புறநகர் பகுதிகளைவிட டெல்லி சதாரில் கொல்லப்பட்டவர்களின் எண்ணிக்கை குறைவு; இதனால் கட்சி மேலிடத்தின் மத்தியில் தனக்கு நல்ல பெயர் கிடைக்கவில்லை என்றும் வருத்தப்பட்டுப் பேசிக்கொண்டிருந்ததை நேரில் பார்த்ததாக சாட்சியம் அளித்தார். இது தவிர அமெரிக்காவில் வசித்த 2 சீக்கியர்கள் டைட்லருக்கு எதிராக புகார் தெரிவித்தார்கள். இந்தியாவுக்கு வந்தால் ஜகதீஷ் டைட்லரை எதிர்கொள்ளமுடியாது என்பதால் நேரில் வந்து சாட்சியம் அளிக்கவும் மறுத்தார்கள்.

ஜகதீஷ் டைட்லர், சஞ்சய் காந்திக்கு நெருக்கமாக இருந்தவர். 1980ல் எம்பியாக தேர்ந்தெடுக்கப்பட்டவர். 1984 கலவரத்தின்போது சீக்கியர்களுக்கு எதிரான தாக்குதல்களை ஒருங்கிணைத்ததில் இவருக்குப் பங்கு இருக்கக்கூடும் என்று நானாவதி விசாரணை கமிஷன் குறிப்பிட்டது. நானாவதி கமிஷன் அமைக்கப்படுவதற்கு முன்னர், ஏறக்குறைய 20 ஆண்டுகள் வரை ஜெகதீஷ் டைட்லரின் பெயர் எந்த வழக்கிலும் சேர்க்கப்பட்டதில்லை. 1984க்கு பின்னர் அதே தொகுதியிலிருந்து, குறிப்பாக சீக்கியர்கள் பெரும்பான்மையாக வசிக்கும் பகுதியிலிருந்து 4 முறை தேர்ந்தெடுக்கப்பட்டிருந்தார். ஆனால், நானாவதி கமிஷன் அறிக்கை வெளிவந்த பிறகு, டைட்லருக்கு அரசியல் நெருக்கடிகள் தொடர்ந்தன.

சிட்டிசன் கமிஷன், ஹெச்.கே.எல் பகத், சஜ்ஜன் குமார், ஜகதீஷ் டைட்லர் உள்ளிட்ட காங்கிரஸ் தலைவர்களின் பங்கு பற்றி விசாரித்து அறிக்கை வெளியிட்டது. குறிப்பாக, ஜகதீஷ் டைட்லர் இதில் ஈடுபட்டிருக்க அதிக வாய்ப்புகள் இருப்பதாகவும் இது தொடர்பாக மேலதிக நடவடிக்கைகள் மேற்கொள்ளும்படி அரசுக்குப் பரிந்துரையும் செய்தது. பின்னாளில் டைட்லரின் தலையீடு இருந்ததை உறுதி செய்யும் ஆதரங்களோ, நேரடி சாட்சியங்களோ இல்லை என்கிற முடிவுக்கு நானாவதி கமிஷனும் வந்தது. சீக்கியர் களுக்கு எதிரான கலவரத்தில் தான் எந்தவிதத்திலும் சம்பந்தப்பட வில்லை என்று டைட்லர் தொடர்ந்து மறுத்து வருகிறார். 'நீங்கள் கொலைகாரரா அப்பா?' என்று என்னுடைய மகளே என்னைச் சந்தேகிக்குமளவுக்கு ஊடகங்கள் எனக்கெதிரான செய்திகளுக்கு முக்கியத்துவம் கொடுத்து வெளியிட்டு வருகின்றன' என்கிறார் டைட்லர்.

10

நவம்பர் 2

முந்தைய தினம் போன்றே இன்னொரு கலவர நாளாகவே விடிந்ததுநவம்பர் 2, 1984. இன்னொரு புதிய வதந்தி, அன்றைய நாளை, பரபரப்பான நாளாக்கியது. ஸ்ரீனிவாஸ்புரி போன்ற இடங்களில் மக்கள் அதிகாலையில் பால் வாங்குவதற்காக வரிசையில் காத்திருந்தபோது, ரயில் முழுக்க இந்துக்களின் பிணம், பஞ்சாபிலிருந்து டெல்லிக்கு வந்து சேர்ந்திருப்பதாக செய்தி பரவியது. பாகிஸ்தான் போகும் ரயில் போன்று பஞ்சாப் போகும் ரயில் ஒன்று தயாராகப் போவதாகவும் பேசிக்கொண்டார்கள். பஞ்சாப் இந்துக்களைக் கொன்று டெல்லிக்கு ரயிலில் அனுப்பியது போல், டெல்லி சீக்கியர்களைக் கொன்று பஞசாபுக்கு ரயிலில் அனுப்ப திட்டமிட்டிருப்பதாக வதந்தி, தீயாக பரவியது.

பீதியிலிருந்த மக்களை பயமுறுத்துவது போல் அடுத்தடுத்து சம்பவங்களும் அரங்கேறின. காலை எட்டு மணியளவில் ஸ்கூட்டரில் சென்ற ஒரு சர்தார்ஜியை வழிமறித்த கும்பல், இரும்புத்தடியால் அடித்துக் கொன்றது. பால், பிஸ்கெட்டைவிட உயிர் முக்கியம் என்பதால் ஸ்ரீனிவாஸ்புரி பகுதியைச் சேர்ந்த சீக்கியர்கள் வீட்டை விட்டு வெளியே வரவில்லை.

அம்ரஜித் கவுருக்கு இரண்டு மகன்கள். இளைய மகனும் பக்கத்து வீட்டுக்காரரின் மகனான ரந்தீர் சிங்கும் 25 ஆண்டுகால நெருங்கிய நண்பர்கள். அன்றைய தினம் காலையில் நடந்த தாக்குதலில் அம்ரஜித் கவுரின் கணவரையும் இரு மகன்களையும் கண்ணெதிரே கொன்று, இரு மருமகள்களையும் மானபங்கப்படுத்திய 7 பேர் கொண்ட

கூட்டத்தில் ரந்தீர் சிங்கும் இருந்திருக்கிறார். தனது கணவரைக் கொன்றுவிட்டு அவரது கழுத்திலிருந்து டாலரையும் தங்க பிரேஸ்லெட்டையும் பறித்து, ரத்தம் தோய்ந்த கைகளால் ரந்தீர் சிங் பத்திரப்படுத்திக்கொள்ளும் காட்சியை அவர் பார்க்க நேர்ந்தது.

கன்னாட் பிளேஸ், கலவர பூமியாகக் காட்சியளித்தது. ஜன்தர்மந்திர், பிகேஎஸ் மார்க், ஜன்பத் பகுதியிலிருந்த சீக்கியர்களின் கடைகளும் குடியிருப்புகளும் தேடிக் கண்டுபிடிக்கப்பட்டு, தொடர்ந்து கொள்ளையடிக்கப்பட்டன. எத்தனை கடைகள், என்னென்ன கடைகள் என்றெல்லாம் குறிப்புகள் எழுதிக்கொண்டு வந்திருந்தார்கள். கடைகள் மூடியிருந்தாலும், பூட்டை உடைத்து உள்ளே நுழைந்து கொள்ளையடிக்கப்பட்டன. பின்னர், கவனமாகக் கொளுத்தப்பட்டன.

சீக்கியரல்லாதோர் தாக்குதல்களிலிருந்து கவனமாகத் தவிர்க்கப் பட்டார்கள். அவர்களது இருப்பிடங்களையும் கடைகளையும் அடையாளங்கண்டு, அவர்களுக்கு எந்தவொரு பாதிப்பும் வராத அளவுக்கு கலவர கும்பல் நடந்துகொண்டது. காங்கிரஸ் கட்சியைச் சேர்ந்த பூத் ஏஜெண்ட்களிடம் வாக்காளர் பட்டியல் பிரதி இருந்தது. அதிலிருந்து தொகுதி வாரியாக சீக்கியர்கள் அடையாளம் காணப்பட்டு, 'சிங்' என்று பெயருள்ள வாக்காளர்கள் அடையாளக் குறி இடப்பட்டு கலவரக்காரர்களிடம் ஒப்படைக்கப்பட்டிருந்தது.

காலை 11 மணி, கரோல்பாக். ஹேம்சந்தர் என்னும் உள்ளூர் காங்கிரஸ் பிரமுகரின் தலைமையில் வந்த கும்பல், வீட்டைக் கொள்ளையடித்ததுடன் குருச்சரண் சிங்கின் தந்தை மீது கையோடு கொண்டு வந்திருந்த கெரசினை கவிழ்த்தார்கள். அவர் எரிந்து, இறந்து போகும்வரை இருந்துவிட்டு, வீட்டுக்கு வெளியே நின்றிருந்த டிராக்கை எடுத்துக்கொண்டு தப்பினார்கள். அங்கிருந்து கிரிபல் சிங் சாவ்லா என்னும் சீக்கியரின் வீட்டிற்குள் புகுந்தவர்கள், அங்கேயும் கொள்ளையடித்தார்கள்.

தற்காப்புக்காக மூடிய அறைக்குள் புகுந்துகொண்டு துப்பாக்கியால் சுட்ட கிரிபால் சிங்கின் மீது பெட்ரோல் நிரப்பிய பாட்டில்களை எறிந்தார்கள். அவர்களைத் தடுக்கவே முடியாது என்பதைப் புரிந்து கொண்ட கிரிபல் சிங், அங்கிருந்து தப்பிக்க முடிவு செய்தார். தலைப்பாகையைக் கழட்டிவிட்டு, தாடியையும் முடியையும் மழித்துவிட்டு பின்வாசல் வழியாக உயிர்தப்பினார். மூன்று நாட்கள் வெளியில் தலைமறைவாக இருந்துவிட்டு வீட்டுக்குத் திரும்பும் போது காவல்துறை காத்திருந்தது. துப்பாக்கியைக் காட்டி

மிரட்டியதாக அவர் மீது வழக்கு தொடரப்பட்டது. அடுத்து வந்த சில ஆண்டுகள், விசாரணை என்கிற பெயரில் அலைய வேண்டியிருந்தது.

அதே நாள், மதியம் 12 மணி. ஷாகித் பாகத் சிங் சந்திப்பில் காங்கிரஸ் கொடி சகிதம் ஒரு கும்பல், அபாயகரமான ஆயுதங்களுடன் காத்திருந்தார்கள். அங்கு வந்த கார், பேருந்து, வாகனங்கள் அனைத்தும் தடுத்து நிறுத்தப்பட்டன. உள்ளிருந்த சீக்கியப் பயணிகள் வலுக்கட்டாயமாக கீழிறிக்கப்பட்டு, அவர்களது தலைப்பாகையை வலுக்கட்டாயமாக அவிழ்த்து சோதனை செய்தார்கள். வெகுண்டு எழுந்த சீக்கியர்கள் தாக்கப்பட்டார்கள். தாக்குதலில் தப்பித்தவரில் ஒருவர், அருகிலிருந்த காவல் நிலையத்திற்கு சென்று புகார் கொடுத்தவுடன் காவல்துறை வந்துவிட்டது. தடியடி நடத்தி அவர்களைக் கலைத்த பின்னர் சுமூக நிலைமை திரும்பியது. கிட்டத்தட்ட அதே நேரத்தில் ஜன்பத்தில் இருந்த ஆட்டோ ஸ்டாண்டை வேறொரு கும்பல் தாக்கியது. தங்களது டாக்ஸியுடன் அமர்ந்து பேசிக்கொண்டிருந்த 4 சர்தார்ஜி டிரைவர்கள் தாக்கப் பட்டார்கள். கும்பலின் வெறியாட்டத்தின் விளைவாக அங்கே நிறுத்தி வைக்கப்பட்டிருந்த 13 டாக்ஸிகளும் தீக்கிரையாகின.

மேற்கு டெல்லியில் ஆயுதமேந்திய குழுவோடு டெல்லியின் கிழக்குப் பகுதியைச் சேர்ந்த இன்ஸ்பெக்டரும் ரோந்து சென்றார். நந்த் நகரி அருகே ஒரு கும்பல் கொள்ளையடித்துக் கொண்டிருந்தது. காவல்துறை வாகனத்தை நிறுத்திவிட்டு, வானை நோக்கி துப்பாக்கியால் சுட்டு கூட்டத்தைக் கலைத்தார்கள். கும்பல் கலைந்துபோய்விட்டது. அந்த நேரத்தில் உள்ளூர் காவல் நிலையத்தைச் சேர்ந்தவர்கள் அங்கு குழுமிவிட்டார்கள்.

'எங்கள் பகுதியில் வந்து, எங்களைக் கேட்காமல் நீங்கள் எப்படி துப்பாக்கி சூடு நடத்தலாம்?' சண்டைக்கு வந்துவிட்டார்கள். பயந்துபோன இன்ஸ்பெக்டர் உடல்நிலை சரியில்லை என்று காரணம் காட்டி விடுப்பு எடுத்துக்கொண்டார். அடுத்து வந்த மூன்று நாட்களும் டெல்லி கண்டோன்மெண்ட் பகுதியைச் சல்லடையாக அலசி, எப்படியோ அந்த மூன்று துப்பாக்கி ரவைகளையும் எடுத்து விட்டார். அதை வைத்து, தன்னுடைய .303 ரைபிளில் துப்பாக்கிச் சூடு எதும் நடத்தவில்லை என்பதை நிரூபித்துவிடலாம் என்று திட்டமிட்டார்.

துப்பாக்கிச் சூடு நடத்தி, கூட்டத்தைக் கலைத்தது வெளியே தெரிந்தால் பதவிக்கு ஆபத்து வந்துவிடும் என்கிற பயம் பெரும்பாலான காவல்துறை அதிகாரிகளுக்கு இருந்தது. துப்பாக்கிச்

சூடு நடத்தியது உண்மைதான். ஆனால், அதில் யாரும் பலியாகவில்லை என்று மறுக்க முடியாத அளவுக்கு ஊரெங்கும் பிணங்கள் கேட்பாரற்று கிடந்தன. மேலிடத்தின் தூண்டுதலின் காரணமாகத்தான் தாக்குதல்கள் நடந்து வருகின்றன என்பதை காவல்துறையினரும் நம்ப ஆரம்பித்திருந்தார்கள்.

நவம்பர் 1 காலை முதலே டெல்லி மாநகரம் முழுவதும் பதட்டத்தில் இருப்பது தெரிந்துவிட்டது. ஆயுதமேந்திய காவல் துறைக்கு அவசரப் பணிகள் இருப்பதும் தெரியும். ஆனாலும், மேலிடத்தை முடிவெடுக்க வைப்பதில் தடுமாற்றமும் அதனால் தேவையற்ற தாமதங்களும் ஏற்பட்டன. வெகு கவனமாக வாய்மொழி உத்தரவுகள் மட்டுமே பிறப்பிக்கப்பட்டன. வயர்லெஸ் செய்திகளுக்குக்கூட பொதுப்படையான பதில்களே தரப்பட்டன. இதனால் களமிறங்கி பணி செய்ய காவல்துறை அதிகாரிகள் மத்தியில் பெரிய தயக்கம் இருந்தது. ஒழுங்கு நடவடிக்கைக்குப் பயந்து ஆயுதங்களைப் பிரயோகிப்பதிலும் தயக்கமிருந்தது.

சிஆர்பிஎப் என்னும் மத்திய ரிசர்வ் படை காவலர்கள் கணிசமான அளவில் இருந்தார்கள். நவம்பர் 2 அன்று காலை தொடங்கி, டெல்லி மாநகரத்தின் வெவ்வேறு பகுதிகளுக்கு அனுப்பப்பட்டார்கள். ஆனால், அவர்களை சரிவர கையாளுவதில் சிக்கல் இருந்தது. ராகேப் கன்ஞ் குருத்வாரா தாக்குதலின் காரணமாக ஒட்டுமொத்த சிஆர்பிஎப் படைகளும் அங்கு குவிக்கப்பட்டன. குருத்வாராவை சுற்றி குவிக்கப் பட்டாலும், திறம்பட செயல்படவில்லை என்பதைப் பலர் பதிவு செய்திருக்கிறார்கள்.

கூடுதல் படைகளுக்கான தேவை ஏற்பட்டபோது, காவல்துறை பயற்சிக் கல்லூரியில் பயிற்சி மேற்கொண்டிருந்தவர்களும் அழைக்கப்பட்டார்கள். மேற்கு டெல்லியின் உத்தம் நகர் வழியாக அவர்கள் வந்தபோது, கலவர கும்பலால் வழிமறிக்கப்பட்டார்கள். காவல்துறை வாகனத்தை வழிமறித்து, அதில் சீக்கியர்கள் எவரேனும் இருக்கிறார்களா என்று சோதனை செய்யுமளவுக்கு டெல்லியில் ரவுடிகளின் கை ஓங்கியிருந்தது. உள்ளிருந்த மூன்று சீக்கியர்களைக் கீழே இறக்கிவிட்டு செல்லுமாறு, ஒரு கும்பல் நிர்பந்தப்படுத்தியது. எனினும், காவல்துறையினர் கடுமையான வாக்குவாதத்தில் ஈடுபட்டு, அந்த மூன்று சீக்கிய காவலர்களையும் பத்திரமாக அழைத்துச் சென்றார்கள்.

வீட்டில் ஓய்வெடுத்துக்கொண்டிருந்த சீக்கிய சமூகத்தைச் சேர்ந்த காவல்துறை அதிகாரிகள், ஓய்வு பெற்ற அதிகாரிகள், முன்னாள் ராணுவத்தினர் ஆகியோர் தங்களது வீடுகள் தாக்கப்பட்டபோது

வெகுண்டெழுந்தார்கள். தற்காப்புக்காக வைத்திருந்த ஆயுதங் களைப் பயன்படுத்தினார்கள். இதனால் கலவரக்காரர்களுக்கும் அவர் களுக்கும் இடையே நடந்த கைகலப்பு எல்லை மீறியது. படேல் நகரைச் சேர்நத் கேப்டன் மன்மோகன் சிங், தன்னுடைய ரிவால்வரால் கூட்டத்தினரைக் கலைக்க சுட்டபோது, மூன்று பேர் இறந்துபோனார்கள். இதுபோல் இந்தர்புரியில் ஜெகஜீத் சிங் சாவ்லா என்னும் ராணுவ அதிகாரி, தன்னுடைய கைத்துப்பாக்கியை எடுத்து சுட்டதில் கலவரக்காரர்களில் ஐந்து பேர் உயிரிழந்தார்கள். பத்து பேர் படுகாயமடைந்தார்கள்.

மூன்று நாட்களும் இன வெறி தாண்டவமாடிய டெல்லி மாநகரத்தில் மனசாட்சியுள்ள மனிதர்களே இல்லையா? நிச்சயம் இருந்தார்கள். தனி மனிதனாக தங்களால் முடிந்ததையும் செய்தார்கள். அதன் காரணமாகத்தான் டெல்லியைக் குறுகிய காலத்திற்குள் ஒரு பெரும் அதிர்ச்சியிலிருந்து மீட்டெடுக்க முடிந்தது. சீக்கியரல்லாத பொது மக்கள், இளம் சமூக ஆர்வலர்கள், துடிப்பான இளம் அரசியல் வாதிகள், நேர்மையான அதிகாரிகள், கடமை தவறாத காவல் துறையினர் என பட்டியல் சற்றே பெரியது.

சில இடங்களில் சீக்கியர்கள் ஒருங்கிணைந்து சிறு குழுவாக எதிர்த்து நின்றார்கள். தாக்க வந்தவர்களுக்கு தகுந்த பதிலடி கொடுத்தார்கள். காவல்துறையைச் சேர்ந்த சில அதிகாரிகளும் உடனுக்குடன் சமயோசிதமாகச் செயல்பட்டு கூட்டத்தைக் கலைத்து, கலவரத்தைத் தடுத்தார்கள். சிஸ் கஞ்ச் குருத்வாரா வாசலில் கூடிய கும்பலை, மேஸ்வெல் பெரைரா சரியான நேரத்தில் துப்பாக்கிச்சூடு நடத்தி கலைத்தார். அப்துல் ரகுமான் சாலையில் சீக்கியர்களுக்குச் சொந்தமான கடைகளைக் கொள்ளையடித்துவிட்டு, கும்பலாக சாலையில் வந்து கொண்டிருந்த கூட்த்தினரை கரோல்பாக் பகுதியில் எதிர்கொண்ட இன்ஸ்பெக்டர் ரன்பீர் சிங்கும் துப்பாக்கிச்சூடு நடத்தியதால் கூட்டம் சிதறியது. பெரும்பாலான இடங்களில் துப்பாக்கிச் சூடு தோல்வியில் முடிந்தாலும், ஒரு சில இடங்களில் நல்ல பலனைக் கொடுத்தது.

மத்திய டெல்லியின் பிரசாத் நகரில் சீக்கிய குடும்பங்கள் தாக்கப் பட்டபோது, சப் இன்ஸ்பெக்டர் ராம் சிங், துப்பாக்கிச் சூடு நடத்துவதற்கான உத்தரவு கிடைக்காவிட்டாலும், துரிதமாகச் செயல்பட்டார். வெற்றிகரமாக உயிரிழப்பு எதுவுமின்றி, கூட்டம் கலைக்கப்பட்டது. அனந்த் பர்பட் பகுதியில் சப் இன்ஸ்பெக்டர் தரம் பால், தாக்க வந்த கூட்டத்தைத் தனியொரு மனிதனாக எதிர்கொண்டு, சமாதானப்படுத்தி திருப்பி அனுப்பி வைத்தார்.

காவல்துறை சுறுசுறுப்பாக செயல்பட்ட இடங்களில் கலவரத்தின் பாதிப்பு குறைந்து காணப்பட்டது.

கலவர நிலைமையைத் தங்களுக்கு சாதகமாக்கிக்கொண்டவர்களும் உண்டு. கன்னாட் ப்ளேஸ் பகுதியில் மதியம் மூன்று மணியளவில் பங்லா ஸ்வீட் கடையை ஒரு ரவுடி கும்பல் குறி வைத்தது. மூன்று நாட்களாக டெல்லியில் நிகழ்ந்த கலவரங்களைப் பற்றியும் காவல் துறை எந்தவொரு நடவடிக்கையும் எடுக்கவில்லை என்பதையும் தெரிந்து கொண்ட பின்னர் தாக்குதலுக்குத் திட்டமிட்டிருந்தார்கள். பத்தோடு பதினொன்றாக இதுவும் இருந்துவிடும் என்று நினைத் திருந்தார்கள். கடைக்குள் புகுந்து கொள்ளையடிக்க முயற்சித்த போது, அக்கம் பக்கத்திலிருந்து வந்த சீக்கியரில்லாத பொதுமக்கள் அவர்களிடம் வாக்குவாதத்தில் ஈடுபட்டு விரட்டியடித்தார்கள்.

அதே நேரத்தில் பூட்டப்பட்டிருந்த கடைகள், கேட்பாரற்ற இடத்தில் இருந்த சீக்கியர்களின் வீடுகள், வாகனங்கள் தொடர்ந்து கொள்ளை யடிக்கப்பட்டன. கோலே மார்கெட்டில் சீக்கியர்களுக்குச் சொந்தமான 18 கடைகள் தொடர்ந்து கொள்ளையடிக்கப்பட்டன. கடைகள் மட்டுமல்ல, வங்கிகளும் தப்பவில்லை. பஞ்சாப் சிந்து வங்கி கொளுத்தப்பட்டது. பெயரில் பஞ்சாப் இருந்ததுதான் காரணமாம்! எங்கெல்லாம் பஞ்சாபி தாபாக்களும், பஞ்சாப் பெயரை தாங்கிய அறிவிப்புப் பலகைகளும் இருந்தனவோ, அவையெல்லாம் தகர்க்கப்பட்டன. டெல்லி சுற்றுலா வளர்ச்சிக் கழகத்தின் பொறுப்பில் இருந்த பகத்சிங் மார்க் மதுக்கடையும் கொள்ளை யடிக்கப்பட்டது. வேறென்ன, தாக சாந்திக்குத்தான்!

மாலை ஐந்து மணி. மோகன் சிங் பேலஸ் மற்றும் மெரீனா ஓட்டல் அருகில் இருந்த சீக்கியர்களுக்கு சொந்தமான 8 டாக்ஸிகள் கொளுத்தப்பட்டன. ஷங்கர் மார்கெட்டில் இருந்த கடைகளை ஒரு கும்பல் கொள்ளையடித்துக் கொண்டிருந்தபோது காவல்துறை ரோந்து வரவே, நான்கு பேர் சிக்கிக் கொண்டார்கள். இதன் காரணமாக சில கடைகள் சேதாரத்திலிருந்து தப்பித்துக் கொண்டன. விசாரணையின்போது, அதுவொரு திட்டமிட்ட கொள்ளை என்பதும் தெரிய வந்தது. சீக்கியர்கள் மீதான தாக்குதல் என்னும் பெயரில் கொள்ளையடிப்பது அவர்களது திட்டம். ஷங்கர் மார்கெட், டார்கெட்டை முடித்துவிட்டு பாலிகா பஜார் கடைகளைக் கொள்ளையடிக்கும் திட்டத்தில்இருந்தார்களாம்.

இரவு எட்டரை மணியளவில் சாணக்கியபுரி காவல் நிலையத்திற்கு ஓர் அவசர அழைப்பு வந்தது. அக்பர் ஹோட்டலுக்குப் பின்பகுதியில்

உள்ள காட்டுப் பகுதியில் ஆயுதமேந்திய சீக்கியர்கள் இருப்பதாகத் தகவல் வந்தது. ஹோட்டலைக் கைப்பற்ற சீக்கிய தீவிரவாதிகள் முயற்சி செய்கிறார்கள் என்கிற அவசர முடிவுக்கு வந்து, உடனே சம்பவ இடத்துக்கு கிளம்பிவிட்டது காவல்துறை. சீக்கியர்கள் பாதிக்கப்பட்டிருக்கிறார்கள் என்று செய்தி கிடைத்திருந்தால் காவல்துறையினர் நிச்சயம் அவசரம் காட்டியிருக்க மாட்டார்கள்!

சப் இன்ஸ்பெக்டர் மஹிபால் சிங் தனது படை பரிவாரங்களுடன் களத்தில் இறங்கி, தேடுதல் வேட்டையை ஆரம்பித்தார். சீக்கியர்கள் யாரும் கண்ணில் சிக்கவில்லை. கிடைத்த தகவல் தவறானது என்பதைப் புரிந்து கொண்டார்கள். ஆனாலும், எல்லோருக்கும் பயம் வரவேண்டும் என்பதற்காக இருட்டில் யாருமில்லாத இடத்தில் எட்டு ரவுண்டு சுட்ட பின்னர், அங்கிருந்து கிளம்பினார்கள். வேடிக்கை பார்த்த மக்களும், நிஜமாகவே சீக்கிய தீவிரவாதிகள் மறைந்திருந்தார்கள் என்கிற முடிவுக்கு வந்துவிட்டார்கள்.

சீக்கிய தீவிரவாதிகள் டெல்லி முழுவதும் பதுங்கியிருக்கிறார்கள் என்று மக்கள் மத்தியில் பரவிய புரளியை, உண்மையாக்கும் வேலையை காவல்துறையினர் தெரிந்தோ, தெரியாமலோ செய்து கொண்டிருந்தார்கள். பாதுகாப்புக்காக துப்பாக்கி வைத்திருந்த சீக்கியர்களையும், தீவிரவாதிகளாக்கி சுற்றி வளைத்து கைது செய்தார்கள்.

கரோல்பாக் பகுதியில் குடியிருந்த சோகன் சிங்கிற்கும் அதுதான் நேர்ந்தது. கும்பலிடமிருந்து தப்பித்துக்கொள்ள சோகன் சிங்கும், அவரது சகோதரர் நரீந்தர் சிங்கும் துப்பாக்கியைக் கையில் தூக்கியதும், அதுவரை கூட்டத்தைக் கலைக்காமல் வேடிக்கை பார்த்துக்கொண்டிருந்த காவல்துறை, உடனடியாக இருவரையும் கைது செய்தது. இருவர் மீதும் வழக்கு தொடரப்பட்டது. மூன்றாண்டு கால விசாரணைக்குப் பின்னர், வழக்கிலிருந்து விடுவிக்கப்பட்டார்கள்.

அதிர்ஷ்டம், மோகன் சிங் பக்கம் இருந்தது. திரிலோக்புரியில் அன்றைய தினம் நடந்த கொடூரமான தாக்குதலுக்குப் பின்னரும் உயிர் தப்பியிருந்தார். உண்மையில் அவரிடமிருந்த உடைவாள்தான் கலவரக்காரர்களிடமிருந்து அவரை காப்பாற்றியிருந்தது. திரும்பவும் தாக்குதல் தொடுப்பார்கள் என்பதால் பாதுகாப்பு கேட்டு அன்றிரவு காவல்நிலையத்துக்குச் சென்றார். யாரெல்லாம் தாக்குதல் நடத்தினார்கள், என்ன நடந்தது என்பதையெல்லாம் பட்டியலிட்டு புகாராக கொடுத்தார்.

புகாரைப் பெற்றுக்கொள்ள மறுத்த காவல்துறையினர், அறிவுரை சொல்லி அனுப்பி வைத்தார்கள். மறுநாள் காலை, காவல்துறை தலைமை அலுவலகத்துக்குச் சென்றார். அங்கேயும் அவரது குறையைக் கேட்பதற்கு யாருமில்லை. காவல்துறையின் கதவுகள் இறுக மூடப்பட்டிருப்பதைப் புரிந்துகொண்டார். அங்கிருந்து நேராக ஜனசத்தா பத்திரிக்கை அலுவலகத்துக்குச் சென்று, பத்திரிகை ஆசிரியரிடம் நடந்தவற்றை விவரித்தார்.

மோகன் சிங்குக்குக் கிடைத்த அனுபவமே கன்பத் சிங்குக்கும் கிடைத்தது. திரிலோக்புரி பிளாக் 11ல் வசித்த கன்பத் சிங், தாக்குதலை நேரடியாகப் பார்த்தவர். காவல்துறையினரிடம் புகார் அளிக்கச் சென்றபோது, புகாரை வாங்க மறுத்ததுடன், உயிரைக் காப்பாற்றிக் கொள்ள எங்கேயாவது ஓடிவிடுமாறு அறிவுரையும் சொல்லியிருக்கிறார்கள். உள்ளூர் காங்கிரஸ் பிரமுகரான டாக்டர் அசோக் தலைமையில் வந்த கும்பல், குருத்வாராவைத் தாக்கும்போது அங்கிருந்து பிரபு சிங், காவல்துறையை நாடியபோதும் இதுதான் நடந்தது. குருத்வாரா எரிந்து, சரியாகும் வரை காவல்துறை அங்கே வந்து எட்டிக்கூடப் பார்க்கவில்லை.

திரிலோக்புரியில் நடந்ததைக் கேள்விப்பட்ட பத்திரிகைபாளர்கள் பதறிப்போனார்கள். மோகன்சிங், கன்பத் சிங் போன்றவர்கள் மூலமாகத்தான் ஊடகங்களுக்கு தகவல் தெரிந்தது. திரிலோக்புரியில் நடந்த கொடூரத் தாக்குதல்களைக் கேட்ட பின்னர், பத்திரிகை யாளர்கள் ஒரு குழுவாகக் களத்தில் இறங்கினார்கள். மோகன் சிங்கை அழைத்துக்கொண்டு திரிலோக்புரிக்கு வந்தார்கள்.

ராகுல்பேடி, டெல்லியைச் சேர்ந்த இளம் பத்திரிகையாளர். இந்தியன் எக்ஸ்பிரஸ் பத்திரிக்கையில் நிருபராக இருந்தார். 'திரிலோக்புரிக்கு வந்து பார்த்தபோது, எங்கும் பிணக்குவியல்களாக இருந்தன. சடலங்களின் தலைமுடி அறுத்து எடுக்கப்பட்டு தெருவெங்கும் வீசியெறியப்பட்டிருந்தது. தெருவில் நடந்து சென்றபோது, சிதறிக்கிடந்த உடல் பாகங்களின் மீதோ, அறுத்து கிடந்த முடி மீதோ கால்படாமல் நடப்பது கஷ்டமான விஷயமாக இருந்தது' என்கிறார்.

பாதிக்கப்பட்டவர்களை நேரில் சந்தித்தபோது, பேசமுடியாத அளவுக்கு அவர்கள் அதிர்ச்சியில் உறைந்திருந்தார்கள். குறிப்பாக, பெண்களும் குழந்தைகளும் மிரண்டுபோய் இருந்தார்கள். பத்திரிக்கையாளர்கள் பின்னர் திரிலோக்புரி காவல்நிலையத்துக்குச் சென்று விசாரித்தபோது, அங்கே ஒரே ஒரு தலைமை காவலர் மட்டுமே இருந்தார். முந்தைய தினங்களில் தாக்குதல் நடந்தது உண்மை. தற்போது அமைதி திரும்பிவிட்டது. இதுவரை

இரண்டுபேர் மட்டுமே பலியாகியிருக்கிறார்கள் என்றார். உண்மையில், திரிலோக்புரியில் மட்டும் ஏறக்குறைய 350 பேர் பலியாகியிருந்தார்கள்.

அங்கிருந்து கல்யாண்புரி காவல் நிலையத்துக்கும் சென்று விசாரித்தார்கள். முந்தைய நாள் தாக்குதல் பற்றி கேள்விகள் கேட்ட போது அவசர அவசரமாக அனைத்தையும் மறுத்தார்கள். இறப்பு எதுவும் நிகழவில்லை என்றார்கள். ஆனால், காவல் நிலையத்தில் வாசலில் அடையாளம் தெரியாத மூன்று பிரேதங்கள் வைக்கப் பட்டிருந்தன. அதன் அருகே தாக்கப்பட்ட சீக்கியர் ஒருவர் உயிருக்குப் போராடிக் கொண்டிருந்தார். அவர் மீது கெரசின் ஊற்றப்பட்டு எரிக்க முயற்சி நடந்திருக்கிறது.

கல்யாண்புரி காவல்நிலைய எல்லைக்கு உட்பட்ட பகுதிகளில் மட்டும் 610 பேர் படுகொலை செய்யப்பட்டிருந்தார்கள் என்று அகுஜா கமிட்டி தெரிவிக்கிறது. ஆனால், காவல்துறையின் அறிக்கையோ 154 பேர் இறந்தார்கள் என்கிறது. டெல்லியில் மோசமான பாதிப்புக்குள்ளான பகுதி என்று கல்யாண்புரியைச் சொல்லலாம். இறந்த உடல்களை யார், எங்கே வேண்டுமானாலும் எடுத்துச் சென்று எரிக்க காவல்துறை அனுமதித்தது. உடல்களை எப்படியாவது அப்புறப்படுத்துவதில் காவல்துறை காட்டிய அவசரம் சந்தேகத்துக்குள்ளானது.

நவம்பர் 2 மதியம் வரை தாக்குதல் பற்றி தங்களுக்கு தகவல் எதுவும் வரவில்லை என்று காவல்துறை தொடர்ந்து மறுத்துக் கொண்டிருந்தது. ஆனால் நவம்பர் 1 அன்று மாலை 3 மணியளவில் காவல்துறைக் கட்டுப்பாட்டு அறைக்கு முதல் தகவல் அனுப்பப் பட்டுள்ளது. அதைத் தொடர்ந்து இரவு முழுவதும் ஏராளமான வயர்லெஸ் செய்திகள் அனுப்பப்பட்டிருந்தாலும் எந்தவித நடவடிக் கைகளும் எடுக்கப்படவில்லை. ஏராளமான சீக்கியர்கள் கொத்து, கொத்தாக படுகொலை செய்யப்பட்டிருக்கிறார்கள் என்கிற செய்தி கிடைத்தும் உண்மையை வெளியுலகுக்குத் தெரிவிக்கவில்லை.

300 பேர் தாக்குதலின் போது இழந்த 80 பேர், 30 ஆண்டுகளுக்கும் மேலாக தொடர்ந்த நீதிப் போராட்டத்தின் சாட்சிகளாக இருந்திருக்கிறார்கள். அந்த மூன்று நாட்களில் பலியானோர் எண்ணிக்கை 600 என்று அறிக்கைகள் குறிப்பிட்டாலும் மூன்று வழக்குகள் மட்டுமே பதிவு செய்யப்பட்டன. அதில் இரண்டு வழக்குகளின் முதல் தகவல் அறிக்கை மேலோட்டமாக இருந்தது. இன்னொரு வழக்கில் பாதிக்கப்பட்ட சீக்கியர்களே கைது செய்யப்பட்டார்கள். நவம்பர் 1 அன்று நடைபெற்ற

சம்பவங்களுக்கான குற்றப்பத்திரிகை, நவம்பர் 3 ஆம் தேதியன்றுதான் பதிவு செய்யப்பட்டது. அதற்குப் பின்னரே நடவடிக்கைகளில் இறங்கி, சில கைதுகளையும் மேற்கொண்டது.

திரிலோக்புரி, கல்யாண்புரி மட்டுமல்லாமல் அதைச் சுற்றியிருந்த அசோக் நகர், வினோத் நகர், மந்தவாலி, பிளாக் 2, பிளாக் 12, பிளாக் 35 என மற்ற இடங்களிலும் சீக்கியர்கள் தாக்கப்பட்டதற்கு டாக்டர் அசோக் என்னும் உள்ளூர் காங்கிரஸ் பிரமுகரைக் காரணமாகச் சொன்னார்கள். ஆயிரம் பேர் கொண்ட கும்பலை வழிநடத்திச் சென்றவர், கருணையின்றி ஏராளமானவர்களை கெரசினுக்கு பலியாக்கியிருக்கிறார் என்பதும் விசாரணையில் தெரிய வந்தது.

ஒரு சில இடங்களில் பூட்டப்பட்டிருந்த சீக்கியர்களின் வீடுகள் உடைக்கப்பட்டு, கொள்ளையடிக்கப்பட்டன. சண்டிகரிலிருந்து, ஹரியானா போக்குவரத்துக் கழக அரசுப் பேருந்தில் வந்திறங்கி, கொள்ளையடித்துவிட்டுத் திரும்பியிருக்கிறார்கள். வழக்கு பதிவு செய்த காவல்துறையோ, ஹரியானா போக்குவரத்துக் கழகத்துக்குச் சொந்தமான பேருந்து யாரோ சில அடையாளம் தெரியாத நபர்களால் கடத்தப்பட்டதாகவும், அதற்கும் டெல்லியில் நடந்த கலவரத்திற்கும் சம்பந்தமில்லை என்றும் சொல்லி வழக்கை முடித்துவிட்டது.

இந்திராகாந்தி சுடப்பட்ட அன்று சீக்கியர்கள் வசிக்கும் பகுதிகளில் நடந்த சில கொண்டாட்டங்களுக்கு எதிர்வினையாகவும் தாக்குதல்கள் நடத்திருக்கின்றன. அன்று மாலை, தார்யகான்ஞ் பகுதியிலிருந்த மெரினா ஸ்டோர் வாசலில் சீக்கியர்கள் சார்பில் வந்திருந்த அனைவருக்கும் இனிப்புகள் வழங்கப்பட்டன. இதை கவனித்த ஒரு கும்பல், இரண்டு நாள் கழித்து பெரும் கூட்டத்தோடு வந்து சீக்கியரின் கடையைக் கொள்ளையடித்ததோடு, கடையையும் கொளுத்திவிட்டது. இதே போன்று சித்திபூரா, தேவ் நகர் போன்ற பகுதிகளிலும் நடந்திருக்கிறது. சம்பவம் குறித்து டிபிஜி ரோடு காவல்நிலையத்தில் அன்றைய தினமே புகாரும் செய்யப்பட்டிருக்கிறது. இரண்டு நாட்கள் எந்த நடவடிக்கையும் எடுக்கப்படவில்லை.

ஜெயா ஜெட்லி, சோஷலிஸ்ட் கட்சியைச் சேர்ந்தவர். கலவரத்தின் போது, பாதிக்கப்பட்டவர்களுக்கு ஆதரவாக இருந்தசில அரசியல்வாதிகளில் இவரும் ஒருவர். ஜனதா கட்சியில் ஜார்ஜ் ஃபெர்னாண்டஸ் உடன் இணைந்து செயல்பட்டவர். சமதா கட்சியின் தலைவராகவும் இருந்தார். பின்னாளில் தெகல்கா

மோசடியில் சிக்கி, அரசியலில் இருந்தே ஒதுங்க வேண்டிய சூழ்நிலை ஏற்பட்டது.

நவம்பர் 2 அன்று மாலை, ஜெயா ஜெட்லிக்கு ஓர் அவசர தொலைபேசி அழைப்பு வந்தது. லோதி ரோட்டில் கடைகள் தாக்கப்படுவதாக செய்தி கிடைத்தது. தன்னுடைய கணவருடன் கிளம்பி, அங்கே சென்றபோது, கடைகளைத் தீயிட்டு கொளுத்திக் கொண்டிருந்ததை அவரால் பார்க்கமுடிந்தது.காவல்துறைக்குத் தெரியப்படுத்தி, அவர்கள் வருவதற்குள் கும்பல் தப்பிவிட்டது. அங்கிருந்து பார்ஷ் பஜார் முகாம் சென்ற ஜெயா ஜெட்லி, கலவரத்தால் பாதிக்கப்பட்டவர்களைச் சந்தித்துப் பேசினார். கலவரத்தைத் தூண்டிவிட்டதாக காங்கிரஸ் பிரமுகர்கள் மீது பாதிக்கப்பட்ட சீக்கியர்கள் கடுங்கோபத்தில் இருந்ததும் தெரிய வந்தது. குறிப்பாக பிரதான், ராம்பால் சரோஜ் ஆகியோர் தொண்டர்களோடு வந்து தங்களைத் தாக்கியதாகத் தெரிவித்தார்கள். அந்த நேரத்தில் பார்ஷ் பஜார் முகாமுக்கு ஹெச்.கே.எல். பகத் வந்தபோது, அவரை உள்ளே விடக்கூடாது என்று பலர் கோஷமிட்டார்கள். கலவரத்துக்குக் காரணம் பகத் என்று வெளிப் படையாகக் குற்றம் சாட்டினார்கள்.

குஜராவாலா டவுனில் சீக்கியர்களின் வீடுகள்மீது கல்வீச்சு நடந்தது. காங்கிரஸ் பிரமுகர் தர்வீந்தர் சிங் தன்னுடைய தொண்டர்களோடு வந்து தாக்கியதால் சீக்கியர்களுக்குச் சொந்தமான ஒரு நிறுவனம் தரைமட்டமானது. சம்பவ இடத்துக்கு வந்த காவல் துறை அதிகாரி துர்கா பிரசாத், தகுந்த பாதுகாப்பு தருவதாக சீக்கியர்களிடம் உறுதியளித்துவிட்டுச் சென்றார். பின்னர் சில மணி நேரங்கள் கழித்து ஒரு கும்பலோடு திரும்பி வந்தார். இம்முறை பச்சை நிற ஜீப்பில், காங்கிரஸ் கொடியோடு ஏராளமானவர்கள் ஆயுதங்களோடு இறங்கினார்கள். ஜீப்பின் உள்ளே உட்கார்ந்திருந்தவர்கள் கைகாட்டியதும் தாக்குதலில் இறங்கினார்கள்.

வீடுகள் கொளுத்தப்பட்டன. மிரண்டு போன சீக்கியர்கள், மாடிப்பகுதிக்குச் சென்று கதவைத் தாழ்ப்பாளிட்டுக் கொண்டார்கள். இவர்களை மீட்பதாக கூறிக்கொண்டு உள்ளே நுழைந்தது காவல்துறை. காவல்துறையினர் காப்பாற்றுவார்கள் என்னும் நம்பிக்கையோடு கதவைத் திறந்தவர்களின் மீது தவறுதலாக துப்பாக்கிச் சூடு நடத்தப்பட்டது. தலைமைக் காவல் அதிகாரி துர்காபிரசாத் மீதும், சப் இன்ஸ்பெக்டர் சத்பிரகாஷ் மீதும் வழக்கு பதிவு செய்யப்பட்டன. விசாரணையில் காவல்துறையும், உள்ளூர் காங்கிரஸ் பிரமுகர்களும் இணைந்து செயல்பட்டது வெளிச்சத்துக்கு வந்தது.

பூனம் முத்ரஜா ஒரு சமூக ஆர்வலர். கலவரத்தால் பாதிக்கப்பட்ட சீக்கியர்களுக்காக 'நாகரிக் ஏக்தா மன்ச்' என்னும் சமூக நல அமைப்பை ஏற்படுத்தி, பலருக்கு உதவியவர். டெல்லியின் புறநகர் பகுதியிலிருந்த முனிர்கா கிராமத்திலிருந்து ஏராளமான ஆட்கள், ஆயுதங்களோடு டெல்லியை நோக்கிச் சென்றதைப் பார்த்தவர், எங்கே போகிறீர்கள் என்று கேட்டிருக்கிறார். இந்திராவைக் கொலை செய்த சீக்கியர்களைப் பழிவாங்குவதற்காக ஒரு சீக்கிய பள்ளிக் கூடத்தை எரிக்கப்போவதாக அவர்கள் பதிலளித்திருக்கிறார்கள். அருகிலிருந்த வசந்த் விகார் காவல் நிலையத்துக்குச் சென்ற முத்ராஜா, குரு ஹரி கிருஷ்ணா பப்ளிக் ஸ்கூலை எரிப்பதற்காக ஒரு கும்பல் சென்று கொண்டிருப்பதாகவும், அதைத் தடுத்து நிறுத்தும்படியும் கேட்டுக்கொண்டார்.

காவல்துறை வந்து சேர்வதற்குள், கும்பல் பள்ளிக்கூடத்தைச் சுற்றி சூழ்ந்து கொண்டுவிட்டது. காவல்துறையினர், வன்முறைக் கும்பலிடம் பேச்சுவார்த்தை நடத்திக் கொண்டிருந்தார்கள். பள்ளிக் கூடத்தை எரிப்பது என்கிற முடிவில் உறுதியாக இருந்த கும்பலை, காவல்துறையால் எதுவும் செய்யமுடியவில்லை. வசந்த் விகார் காவல்துறையினர் மீது நம்பிக்கையிழந்த முத்ரஜாவும் அவரது நண்பர்களும் அருகிலிருந்த ஹவுஸ் காஸ் காவல்நிலையத்துக்குச் சென்று உதவும்படி கேட்டார்கள்.

நடந்தவற்றை கேட்டுக்கொண்ட காவல்துறை ஆய்வாளர், இந்திரா காந்தி இறுதி ஊர்வலத்தில் ஏராளமான வெளிநாட்டு அதிபர்கள் கலந்துகொள்வதால் தற்சமயம் காவல்துறையினர் கைவசமில்லை. அவர்கள் திரும்பி வந்ததும், தகுந்த நடவடிக்கை எடுக்க அனுப்பி வைப்பதாகச் சொன்னாராம். வேறு வழியின்றி, முத்ரஜாவும் அவரது நண்பர்களும் அங்கிருந்து கிளம்பும்போது, 'நீங்கள் இந்து தானே?' என்றாராம்.

காவல்துறையை இனியும் நம்ப முடியாது. ஆளுங்கட்சியின் ஆசீர்வாதத்துடன் அரசு இயந்திரம் முடக்கப்பட்டிருக்கிறது. சீக்கிய இனத்தைச் சேர்ந்த குடியரசுத் தலைவரோ தொடர்பு எல்லைக்கு அப்பால் இருந்தார். நடக்கும் சம்பவங்கள் பற்றிய முழுமையான செய்திகள் ஊடகத்தில் இடம்பெறவும் வாய்ப்பில்லை. ஒரே வழி எதிர்க்கட்சிகளை அணுகுவதுதான். எதிர்க்கட்சிகளில் எவராவது தாக்குதலுக்கு கண்டனம் தெரிவித்து, அறிக்கை விட்டால் கவனம் கிடைக்கும். எதிர்க்கட்சித் தொண்டர்களைத் துணைக்கு அனுப்பினால் கலவரங்களைத் தடுக்கமுடியும் என்றும் முத்ராஜா

நம்பினார். ஜனதா கட்சியைச் சேர்ந்த ஜார்ஜ் ஃபெர்னாண்டஸைத் தொடர்பு கொண்டார்.

ஜார்ஜ் ஃபெர்னாண்டஸ் அப்போது பல தொழிலாளர் அமைப்பு களுக்குத் தலைவராக இருந்தார். எமர்ஜென்ஸி காலம் முதல், இந்திரா காந்தியைப் பல்வேறு அரசியல் காரணங்களுக்காகத் தொடர்ந்து எதிர்த்து வந்தவர். சீக்கியர்களுக்கு எதிரான தாக்குதல்கள் பற்றி ஃபெர்னாண்டஸ் குரல் கொடுப்பதன் மூலமாக இந்தியா முழுவதும் கவனத்தைப் பெறமுடியும் என்று முத்ராஜா நினைத்தார். ஆனால், ஃபெர்னாண்டஸைத் தொடர்பு கொள்ள முடியவில்லை. தொழிலாளர் யூனியன் அலுவலகத்துக்கு நேரில் சென்றபோது அங்கே ஃபெர்னாண்டஸ் இல்லை. யூனியனைச் சேர்நதவர்களும் யாருமில்லை. அலுவலகத்தில் இருந்த ஒரு சிலருக்கும் அக்கறையில்லை. இந்திரா காந்தி மறைவுக்குப் பிந்தைய அரசியல் சூழல் குறித்தும், அரசியலில் அவரது வெற்றிடத்தை யார் நிரப்பப் போகிறார்கள் என்பதைப் பற்றியும்தான் சுவராசியமாகப் பேசிக் கொண்டிருந்தார்கள்.

முத்ராஜா போன்று சீக்கியர்களுக்கு எதிரான கலவரத்தைத் தடுத்து நிறுத்தி, பாதிக்கப்பட்டவர்களுக்கு நிவாரணம் வழங்கவேண்டும் என்கிற நோக்கத்தோடு ஏராளமான தொண்டு நிறுவனங்கள் செயல்பட்டன. முதலில் டெல்லியில் அமைதி திரும்பியாக வேண்டும். உள்ளூர் காவல்துறையை இனியும் நம்பியிருக்க முடியாது. மீண்டும் தாக்குதல் நிகழாதவாறு தடுக்க ராணுவம் வந்தாகவேண்டும் என்று பல சமூக நல அமைப்புகள் தொடர்ந்து வேண்டுகோள் விடுத்தன.

பொதுவாக, ராணுவத்தின் உதவியைச் சமூக ஆர்வலர்கள் கோருவ தில்லை. உள்நாட்டுப் பிரச்னைகளில் ராணுவம் தலையிடுவதால் மனித உரிமை மீறல்கள் அதிகமாகிவிடும் என்பது அவர்களது கருத்து. ஆனால், அந்த மூன்று நாட்களுக்குப் பின்னரும் ராணுவத்தின் தலையீடு அவசியமாக இருந்தது. சீக்கியர்களுக்கு எதிராக ஒலித்த குரலுக்கு நடுவே இவை பெரிய அளவில் எடுபடாவிட்டாலும், முத்ராஜா போன்றவர்களின் குரல் ஒலித்துக் கொண்டுதான் இருந்தது.

மக்களுக்கு நன்கு அறிமுகமான தலைவர்களின் உதவியைப் பெற்று கலவரங்களைத் தடுக்க ஏதாவது செய்தாக வேண்டும் என்று முத்ராஜா நினைத்தார். பந்துவா முக்தி மோர்ச்சா என்னும் தொழிலாளர் அமைப்பை நடத்திக்கொண்டிருந்தவரான சுவாமி அக்னிவேஷைத் தொடர்பு கொண்டார். 1976க்குப் பின்னரும்

இந்தியாவில் தொடர்ந்துகொண்டிருந்த கொத்தடிமை முறையை ஒழிப்பதில் சுவாமி தீவிரமாக ஈடுபட்டிருந்தார். அவரை நேரில் சந்தித்து உதவி செய்யுமாறு கேட்டுக்கொண்டார். ஒப்புக்கொண்ட சுவாமியும், முத்ரஜா மற்றும் அவரது நண்பர்களுடன் கிளம்பினார்.

லஜ்பத் நகர் பகுதிக்கு அவர்கள் சென்றடைந்தபோது, பெரிய அளவில் கொள்ளை நடந்து கொண்டிருந்தது. தடுக்க காவல் துறையினர் யாருமில்லை. காவல்துறை வந்தாலும் கட்டுப்படுத்த முடியாத அளவுக்கு பெரிய கூட்டம் அது. சீக்கியரல்லாத பொதுமக்கள் சிலரும் அதை வேடிக்கை பார்த்துக்கொண்டிருந் தார்கள். முத்ரஜாவுடன் சேர்ந்து சுவாமியும் அவர்களைத் தடுத்தபோது, வாக்குவாதத்தில் இறங்கினார்கள். ஒரு ஸ்டூலின்மீது ஏறி நின்றபடி சுவாமி பேச ஆரம்பித்தார். 'நாமெல்லோரும் இந்துக்கள்; இந்துக்கள் வன்முறையின் மீது நம்பிக்கை வைக்கக் கூடாது' என்றெல்லாம் பேசினார். சுவாமியின் பேச்சுக்குப் பலன் இருந்தது. கூட்டமும் பின்வாங்கியது.

போகல் பகுதியில் ஏராளமான வாகனங்கள் எரிக்கப்படடன. 66 டிரக், 5 அரசு பேருந்துகள், 7 கார், 6 டாக்ஸி, ஏராளமான ஸ்கூட்டர்கள், சைக்கிள்கள். இவை அனைத்தும் சீக்கியர்களின் கண்முன்னே தீ வைத்து எரிக்கப்பட்டன. ஸ்ரீனிவாஸ்புரியில் உடனிருந்தவர்களே கூட்டத்தைத் தூண்டிவிட்டார்கள். 'போலீஸ் உங்கள் பக்கம் இருக்கும்போது, ஒரு 100 வீட்டையாவது உங்களால் கொளுத்தமுடியவில்லையா?' என்றார்கள்.

சீமாபுரியில் சர்தார் தான் சிங் என்னும் சீக்கியர் கொடூரமாகக் கொல்லப்பட்டார். அவரது மனைவி நரீந்தர் கவுர் நிர்வாணப் படுத்தப்பட்டு, கொளுத்தப்பட்டார். கமலேஷின் மூன்று மகன்களும் கைகள் வெட்டப்பட்டு, உயிரோடு எரிக்கப்பட்டார்கள். நன்கி தேவியின் குடும்பத்தைச் சேர்ந்த 7 ஆண்களும் கொல்லப்பட்டார்கள். இதில் 3 குழந்தைகளும் அடக்கம். தாக்குதலின்போது காங்கிரஸ் பிரமுகர் ஹெச்.கே.எல் பகத், சம்பவ இடத்தில்தான் இருந்தார். முந்தின நாள் இரவு எழரை மணியளவில் 500 பேர் கொண்ட கும்பலுக்கு பகத் உத்தரவுகள் பிறப்பித்துக் கொண்டிருந்ததை நேரில் பார்த்ததாகவும் குல்பிர் கௌர் சாட்சியமளித்தார்.

மதன்லால் குரானா, பாஜகவின் பொதுச்செயலாளர். அப்போது டெல்லி மாநகராட்சி எதிர்க்கட்சித்தலைவராகவும் இருந்தார். சீக்கியர்களுக்கு எதிரான கலவரம் குறித்து, காவல்துறை கூடுதல் ஆணையர் ஹெச்.சி. ஜாதவை தொலைபேசியில் தொடர்பு

கொண்டிருக்கிறார். 'இழப்பு ஒன்றுமில்லை. ஓரிரு இடங்களில் தாக்குதல்கள் நடந்திருக்கின்றன. முக்கியமான அரசியல் தலைவர்களுக்கு திடீரென்று மரணம் நேரும்போது இது போன்ற சம்பவங்கள் நடப்பதெல்லாம் சகஜம்' என்று பதிலளித்திருக்கிறார் ஜாதவ். சீக்கியர்கள் தாக்குதல் குறித்து பாஜகவினர் ஆய்வு நடத்தினார்கள். டெல்லி முழுவதும் எத்தனை பேர் இறந்திருக்கிறார்கள் என்று வாஜ்பாய் தலைமையில் ஓர் ஆய்வுக்கமிட்டி அமைக்கப்பட்டு 2800 பேர் இறந்திருக்கக்கூடும் என்று அறிவித்தார்கள். ஆனால், அரசோ 300 அல்லது 350 பேர் இறந்திருக்கலாம் என்று சொல்லிக்கொண்டிருந்தது. பாதிக்கப்பட்ட சீக்கியர்களுக்கு நிவாரணம் வழங்குவதற்காக அமைக்கப்பட்ட ஜெயின் அகர்வால் கமிட்டியிடமும் பாஜகவினரின் அறிக்கை சமர்ப்பிக்கப்பட்டது. அதன் அடிப்படையில்தான் ஹெச்.கே.எல். பகத் மீது கிரிமினல் வழக்கு தொடுக்கப்பட்டது.

அக்டோபர் 31 அன்றே ராணுவம் தயார் நிலையில் வைக்கப்பட்டது. டெல்லியைச் சுற்றியுள்ள பகுதிகளில் மேஜர் ஜெனரல் ஜாம்வால் தலைமையில் ராணுவப்படை குவிக்கப்பட்டிருந்தது. மறுநாள் மதியம் வரை எந்தத் தகவலும் வரவில்லை. தெற்கு தில்லி மற்றும் மத்திய டெல்லியை ராணுவம் எடுத்துக்கொள்ளுமாறு லெஃப்டினெண்ட் கர்னல் உத்தரவை அனுப்பினார். அங்கிருந்த காவல்துறையினர் விலக்கிக் கொள்ளப்பட்டு அதற்குப் பின்னரே ராணுவம் உள்ளே வந்தது. அதற்குள் இரவாகிவிட்டது. மறுநாள் நவம்பர் 3 காலை முதல் ராணுவம், கலவரம் பாதித்த இடங்களைத் தன்னுடைய கட்டுப்பாட்டின் கீழ் எடுத்துக்கொண்டது. 72 ரைஃபிள் கம்பெனி மற்றும் 36 பிற கம்பெனி ராணுவத்தினர் படிப்படியாக டெல்லி முழுவதும் வந்த பின்னரே தாக்குதல்கள் ஓய்ந்தன.

வடக்கு மற்றும் மேற்கு டெல்லி பகுதிகளில் கலவரங்கள் தொடர்ந்து கொண்டிருந்தன. என்.எஸ். பவா என்னும் வழக்கறிஞர், கொள்ளையர்களைத் துரத்தி, 6 பேரைப் பிடித்து காவல் நிலையத்தில் ஒப்படைத்தார். அந்த 6 பேர் மீதும் வழக்கு பதிவு செய்யுமாறு கேட்டுக்கொண்டார். ஆனால், காவல்துறை கூடுதல் ஆணையரான ஜாதவ் தலையிட்டு அவர்கள் அனைவரையும் விடுவித்துவிட்டார். கிழக்கு டெல்லியைச் சேர்ந்த சர்துல் சிங்கின் கதையோ சோகமானது. தன்னுடைய குடும்பத்தைச் சேர்ந்த 7 பேரை இழந்தவர் வந்திருந்த கும்பலின் அடையாளம் தெரிந்து புகார் கொடுத்தார். வீரேந்திர சிங் என்று பெயரைக் குறிப்பிட்டு தாக்கியவர்களின் பெயரை அதில் வரிசைப்படுத்தியிருந்தார். பெயர்களைப் பார்த்ததும், காவல்துறை

ஆய்வாளர் துல்சி தாஸ், உடனே வீரேந்திர சிங்கை அழைத்து வர ஆள் அனுப்பினாராம். துல்சி தாஸ் முன்னிலையிலேயே வீரேந்திர சிங் மற்றும் அவரது ஆட்கள் சாதுல் சிங்கை மிரட்டியதால், புகார் திருப்பி அனுப்பப்பட்டது. காவல்துறைக்கும் உள்ளூர் ரவுடிகளுக்கும் நடுவே இருந்த புரிதலும், ஒத்துழைப்பும் பாதிக்கப்பட்ட பல சீக்கிய குடும்பங்களைக் காவல்நிலையத்துக்குச் சென்று புகார் கொடுக்கக் கூட இயலாத பரிதாப நிலைக்குத் தள்ளிவிட்டது. மூன்றாவது நாளின் முடிவிலும் கலவர டெல்லியின் களநிலை, ரணகளமாகத்தான் இருந்தது.

11

செயலிழந்த அரசு வர்க்கம்

5 நவம்பர் *1984*. டெல்லியின் கரோல்பாக் காவல் நிலையம். வாசலில் காங்கிரஸ் கட்சியின் தொண்டர்கள் கூட்டமாகத் திரண்டிருந்தார்கள். உள்ளே காவல்துறை கூடுதல் ஆணையர் ஹக்கம்சந்த் ஜாதவ் தலைமையில் கூட்டம் நடந்தது. அவருடன் இணை ஆணையர் அமோத் காந்த் மற்றும் காவல்துறை அதிகாரிகளும் இருந்தார்கள். கரோல்பாக் தொகுதியின் காங்கிரஸ் எம்.பியான தாராம் தாஸ் சாஸ்திரி எதிரே இருந்த மேஜையில் நடுநாயகமாக அமர்ந்திருந்தார். அவருடன் கட்சியின் முக்கிய பிரமுகருமான மோதிலால் பகோலியா உள்ளிட்ட தொண்டர்களும் உடனிருந்தார்கள்.

காங்கிரஸ் தொண்டர்களைக் கைது செய்தது தவறு என்று ஜாதவ் உள்ளிட்ட காவல்துறையினரிடம் பேசிக்கொண்டிருந்தார் சாஸ்திரி. எம்பியின் குரலில் இருந்த கடுமை, காவல்துறையைத் தளர வைத்தது. பொறுமை இழந்த இணை ஆணையர் அமோத் காந்த், எம்.பியின் திரும்பினார். 'நீங்கள் தேவையில்லாமல் கிரிமினல்களுக்கு ஆதரவு தருகிறீர்கள். எங்களது பணியை செய்ய விடுங்கள். குறுக்கே வராதீர்கள்' என்றார். ஆவேசமான பக்கோலியா இருக்கையிலிருந்து எழுந்து காவல்துறைக்கு எதிராக கூச்சலிட்டார். வெளியே இருந்த வர்கள் உள்ளே எட்டிப்பார்த்தார்கள். நிலைமை பதட்டமானது.

அமோத் காந்த் தொடர்ந்து பேசினார். 'நாங்கள் ஆதாரமில்லாமல் வழக்கு போடவில்லை. வீட்டில் புகுந்து கொள்ளையடித்தவர்களைத் தகுந்த சாட்சியுடன் அடையாளம் கண்டுபிடித்து, அவர்களைத் தேடிப்

பிடித்திருக்கிறோம். கொள்ளையடிக்கப்பட்ட பொருட்களையும் மீட்டிருக்கிறோம். இதற்கு மேல் வேறென்ன வேண்டும்? என்றார். அதை மறுத்த சாஸ்திரி, 'நீங்கள் கைப்பற்றிய அனைத்து பொருட்களும் அவர்களுக்குச் சொந்தமானவை. யாரிடமிருந்தும் தொண்டர்கள் கொள்ளையடிக்கவில்லை. நீங்கள்தான் அபாண்டமா பொய் வழக்கு போட்டிருக்கீங்க' என்றார். காங்கிரஸ் பிரமுகர்களுக்கும் காவல்துறையினருக்கும் இடையேயான வாக்குவாதம் வலுத்தது.

அதைத் தொடர்ந்து நடந்த சம்பவம்தான், காவல்துறையினரை மட்டுமல்ல, அப்போது செய்தி சேகரிக்க வந்த இந்தியன் எக்ஸ்பிரஸ் நிருபரையும் திடுக்கிட வைத்தது. அதுவரை அமைதியாக கேட்டுக் கொண்டிருந்த கூடுதல் ஆணையர் ஜாதவ், இணை ஆணையர் அமோத் காந்தைச் சட்டென்று கடிந்து கொண்டார். காவல் நிலையம் தேடி வந்துள்ள எம்.பியிடம் வாக்குவாதத்தில் ஈடுபடவேண்டாம். அவர் மக்கள் பிரதிநிதி. அதற்கு தகுந்த மரியாதையைத் தரவேண்டும் என்று சொன்னவர், கைது செய்யப்பட்டவர்களை உடனே விடுவிக்குமாறும் உத்தரவிட்டார்.

இதுவொரு உதாரணம். கலவரத்துக்குப் பிந்தைய காவல்துறையின் செயல்பாடுகளும் அதில் அரசியல்வாதிகளின் குறுக்கீடுகளும் இப்படித்தான் இருந்தன. ஏராளமான விசாரணைகமிட்டிகள் அமைக்கப்பட்டன. இரண்டு பெரிய விசாரணை கமிஷன்கள் அமைக்கப்பட்டன. எத்தனை பேர் இறந்தார்கள் என்னும் முடிவுக்கு வருவதற்கே பல ஆண்டுகள் ஆயின. சில நூறுகள் என்று மறுத்துக் கொண்டிருந்த அரசு, பின்னர் 2,733 பேர் இறந்ததாக அதிகாரப் பூர்வமாக அறிவித்தது.

டெல்லி முழுவதும் நூற்றுக்கணக்கான சம்பவங்கள் நடந்தாலும், ஆயிரக்கணக்கான மக்கள் கொல்லப்பட்டிருந்தாலும் மிகக் குறைவான வழக்குகள் மட்டுமே பதிவு செய்யப்பட்டன. 20 பேர் மட்டுமே கைது செய்யப்பட்டார்கள். கலவரத்தில் ஈடுபட்டவர்கள் குறைந்தபட்சம் ஆயிரம் பேர் இருப்பார்கள் என்று நேரில் பார்த்தவர்கள் குறிப்பிட்டார்கள். 30 ஆண்டுகள் தொடர்ந்து நடைபெற்ற வழக்குகளின் முடிவில் தண்டனை பெற்றவர்களின் எண்ணிக்கை தெரியுமா? பத்து பேர் கூட இல்லை!

நவம்பர் 3 முதல் ராணுவம் களத்தில் இறங்கியது. கலவரங்களும் கொள்ளைகளும் அடக்கப்பட்டன. இரண்டு நாட்கள் கழித்து, நவம்பர் 5க்கு பின்னரே காவல்துறை முழு மூச்சாகக் களத்தில் இறங்கத் தொடங்கியது. கொள்ளையடித்தவர்களை வலை வீசிப் பிடித்து, பொருட்களை மீட்க ஆரம்பித்தனர்.

65 லட்சம் பெறுமானமுள்ள பொருள்கள் அன்றைய தினம் பிடிபட்டன. இவையெல்லாம் கரோல்பாக் கடைகளிலிருந்தும் அதைச் சுற்றியிருந்த குடியிருப்புப் பகுதிகளைச் சேர்ந்த மக்களிட மிருந்தும் கொள்ளையடித்தவை. இவற்றை மீட்பதற்கு காவல்துறை பெரிதாக சிரமப்படவில்லை. ஒவ்வொரு வீடாக சென்று கலவரங்கள் குறித்து விசாரித்தவுடன், பயந்துபோன மக்கள் அவர்களாகவே திருடிய பொருட்களை திரும்ப தந்துவிட்டார்கள்.

கொள்ளையடிக்கப்பட்ட அனைத்துப் பொருள்களும் மீட்கப்பட்டன. ஏராளமான கைதுகள் என்றெல்லாம் பத்திரிக்கைகளில் செய்தி வந்த நேரத்தில்தான் காங்கிரஸ் பிரமுகர்கள் ஒவ்வொரு காவல் நிலையத்தையும் அணுகினார்கள். அங்கே கைது செய்யப்பட்டிருந்த காங்கிரஸ் தொண்டர்களை மீட்டும் முயற்சியில் முழு மூச்சுடன் ஈடுபட்டார்கள். கரோல்பாக் காவல் நிலையத்தில் 20 பேர் கைது செய்யப்பட்டிருந்தார்கள். அவர்களை மீட்க எம்.பியாக இருந்த சாஸ்திரி வந்திருந்தார்.

டெல்லி நகரத்தில் வேறெங்கும் கைது நடவடிக்கைகள் நிகழாத போது கரோல்பாகில் மட்டும் ஏன் கைது நடவடிக்கைகள் எடுக்கப்படவேண்டும் என்பதுதான் சாஸ்திரியின் கேள்வி. கைது செய்யப்பட்டவர்களை விடுவிக்கவேண்டும். அவர்களிடமிருந்து பறிக்கப்பட்ட பொருட்களை அவர்களிடமே திருப்பி தரவேண்டு மென்றும் கேட்டுக்கொண்டார். டெல்லி நகரம் முழுவதும் நிலைமை கைமீறிவிட்டபோது கரோல்பாக்கில் மட்டும் கைது நடவடிக்கை மேற்கொள்வதன் மூலமாக அரசியல் அழுத்தங்கள் வரக்கூடும் என்பதால் காவல்துறை கைவிட்டது.

இந்திரா காந்தி சுடப்பட்ட அன்று இரவு முழுவதும் துணை ராணுவப் படைகள் காத்திருக்க வைக்கப்பட்டது விமரிசனத்துக்கு உள்ளானது. கலவரம் வந்தால் அதைச் சமாளிக்க எந்நேரமும் தயாராக இருக்க வேண்டும் என்னும் முன்னெச்சரிக்கை நடவடிக்கையின் ஒரு பகுதியாகவே காத்திருக்க வைக்கப்பட்டார்கள் என்று விளக்கம் தரப்பட்டது. ஆனால், இரவு முழுவதும் காத்திருக்க வைக்கப் பட்டவர்கள், மறுநாளும் கலவர இடங்களுக்கு அனுப்பி வைக்கப்படவில்லை. மறுநாள் மாலை, அசோகா ஓட்டல் பாதுகாப்புப் பணிகளுக்காக அனுப்பி வைக்கப்பட்டார்கள்.

சாணக்கியபுரியில் உள்ள அசோகா ஓட்டலில் வெளிநாட்டு அதிபர்களும் அதிகாரிகளும் தங்க வைக்கப்பட்டிருந்தார்கள். மறுநாள் நடைபெற இருந்த இந்திரா காந்தியின் இறுதிச் சடங்கில் கலந்து கொள்ள உலகின் பல பகுதிகளிலிருந்தும் ஏராளமானோர்

வந்திருந்தார்கள். டெல்லி முழுவதும் கலவரத்தீ பற்றி எரிந்து கொண்டிருந்த நேரத்தில், ஆயுதமேந்திய பாதுகாப்புப் படையினரும், ஏராளமான துணை ராணுவப் படையினரும் அசோகா ஹோட்டலுக்கு வெளியே பாதுகாப்பு தருவதற்காக பயன் படுத்தப்பட்டார்கள்.

காவல்துறை மீது சுமத்தப்பட்ட இன்னொரு குற்றச்சாட்டுக்கு தகுந்த ஆதாரங்கள் இருந்தும் மறைக்கப்பட்டது. அக்டோபர் 31 இரவு தொடங்கி நவம்பர் 2 இரவு வரை தொடர்ந்து அழைப்புகள் வந்ததாக காவல்துறை கட்டுப்பாட்டு மைய ரெக்கார்டுகளிலிருந்து தெரிய வருகிறது. பாதுகாப்பு கேட்டு சீக்கிய சமூகத்தைச் சேர்ந்த முக்கியஸ் தர்களிடமிருந்து தொடர்ந்து அழைப்புகள் வர ஆரம்பித்தன. ஒரே விதமான அழைப்புகள், அதே பதில்கள். ஒரு கட்டத்தில் காவல் துறையால் சமாளிக்க முடியாத அளவுக்கு ஏராளமான அழைப்புகள் வந்திருக்கின்றன. எத்தனை அழைப்புகள், எங்கிருந்து வந்தன என்பதைக்கூட பதிவு செய்யக்கூடிய முடியாத நிலை இருந்திருக்கிறது.

‘நாங்கள் சீக்கியர்கள். எங்களைத் தாக்குவதற்காக கையில் ஆயுதங்களோடு வீட்டுக்கு வெளியே ஒரு கூட்டம் நிற்கிறது. எங்களைக் காப்பாற்றுங்கள்’ என்று கதறியவர்களின் இணைப்பு துண்டிக்கப்பட்டிருக்கிறது. பாதுகாப்பு தருமாறு கேட்டுக்கொண்ட பிரபலங்களுக்கு சரிவர பதில் கிடைக்கவில்லை. ஒரு சில அழைப்பு களுக்கு, உள்துறை அமைச்சகத்தைத் தொடர்பு கொள்ளும்படி அறிவுரை சொல்லப்பட்டிருக்கிறது. சில காவல் நிலையங்களில் நிலைமை தலைகீழ். ‘கையில் ஆயுதத்தோடு சர்தார்ஜிகள் எங்களைத் தாக்குவதற்காக ரோட்டில் நிற்கிறார்கள் காப்பாற்றவும்’ என்று தகவல் வந்ததால் காவல்துறை முதல் ஆளாக போய் இறங்கியிருக்கிறது. சாலையின் எதிரே சில சர்தார்ஜிகளைப் பார்த்தேன் என்று யாராவது சொன்னால், ரோந்து பணியை நிறுத்துவிட்டு, சர்தார்ஜிகளைத் துரத்தும் பணியையும் காவல்துறை செய்திருக்கிறது.

தாக்குதல்கள் நடந்த இடமும், சடலங்கள் கண்டுபிடிக்கப்பட்ட இடமும் வெவ்வேறாக இருந்தன. இறந்த சீக்கியர்களின் உடல்கள், யமுனை ஆற்றில் வீசப்பட்டன. அழுகிப்போன பல சடலங்களை அடையாளம் காணமுடியவில்லை. மேற்கு டெல்லி பகுதியைச் சேர்ந்த பல சடலங்கள் அங்கிருந்து அகற்றப்பட்டு டெல்லியின் மற்ற பகுதிகளில் சிதறடிக்கப்பட்டன. சடலங்களை அகற்றுவதிலும், ஓரிடத்திலிருந்து இன்னொரு இடத்துக்கு அப்புறப்படுத்துவதிலும் காவல்துறை அவசரம் காட்டியது. பலர், சைக்கிளில் சடலங்களைக் கட்டி எடுத்துச்செல்லவும் அனுமதித்தார்கள். பெரும்பாலான

சடலங்களுக்குப் பிரேதப் பரிசோதனை செய்யப்படவில்லை. எந்தவொரு காவல் நிலையமும் உண்மையான விவரங்களைப் பதிவு செய்யத் தயாராக இல்லை. தங்களது பகுதியில் 300 பேர் படுகொலை செய்யப்பட்டார்கள் என்று பதிவு செய்தால் வரலாறு அவர்களை கேலி செய்யும் என்று பயந்தார்கள்.

தனியார் செய்தி ஊடகங்களோ அல்லது தொலைக்கட்சி அலை வரிசைகளோ இல்லாத காலத்தில், கலவரம் பற்றிய செய்திகளை மக்களிடம் கொண்டு சென்றது அச்சு ஊடகங்கள் மட்டும்தான். இந்தியன் எக்ஸ்பிரஸ் நாளேடு முதன்முதலில் செய்தி வெளியிட்டது. அதைத்தொடர்ந்து இன்னும் சில நாளேடுகளிலும் பத்திரிகைகளிலும் பெட்டிச்செய்திகளாக வந்தாலும், முழுமையான தகவல்கள் எதுவும் கிடைக்கப்பெறவில்லை. எத்தனை பேர் தாக்கப்பட்டார்கள் என்கிற புள்ளி விவரமே ஒரு வாரம் கழித்துதான் பத்திரிக்கைகளுக்குக் கிடைத்தன.

பலியானவர்கள் பற்றிய தகவல்கள் எதுவும் துல்லியமாக இல்லை. நவம்பர் 2 அன்று காலை நிலவரப்படி இறந்தவர்களின் எண்ணிக்கை கிட்டத்தட்ட 300 பேராக இருக்கலாம் என்று இந்தியன் எக்ஸ்பிரஸ் செய்தி வெளியிட்டது. ஆனால், 3000 பேருக்கும் அதிகமானவர்கள் இறந்திருந்தார்கள். இந்தியன் எக்ஸ்பிரஸ், ஸ்டேட்ஸ்மேன் தவிர வேறெந்த பத்திரிகையும் கலவரம் குறித்த செய்திகளை உடனுக்குடன் வெளியிடவில்லை. தாக்குதல் குறித்த செய்திகள் தாமதமாகத்தான் கிடைத்தன என்றாலும், செய்தி கிடைத்த பின்னரும் உறுதிப் படுத்துவதற்காக பல மணி நேரங்கள் செலவிடப்பட்டன.

செய்தி கிடைத்த பின்னராவது ஊடகங்கள் பொறுப்புடன் செயல்பட்டிருக்க வேண்டும். நூற்றுக்கணக்கான பேர் கொல்லப் பட்டது என்பது சாதாரண விஷயமா? உடனே தங்களது பத்திரிகை யாளர்களை அனுப்பி வைத்து சம்பவங்கள் குறித்து விரிவான தகவல்களைப் பதிவு செய்திருக்கவேண்டும். செய்திகள் சேகரிக்கப் பட்ட பின்னரும் அதை வெளியிடுவதில் தயக்கங்கள் தென்பட்டன. தூர்தர்ஷன், ஆல் இந்தியா ரேடியோ போன்ற அரசு ஊடகங்களில் எந்தவொரு செய்தியும் இடம்பெறவில்லை.

திரிலோக்புரி, சுல்தான்புரி போன்ற பகுதிகளெல்லாம் கலவரத்தால் மோசமாக பாதிக்கப்பட்டிருந்த நிலையில் இழப்பின் சோகத்தை யாவது பதிவு செய்திருக்கவேண்டும். இந்தியன் எக்ஸ்பிரஸ் சென்றிராத இடங்களுக்கு குறிப்பாக ஜஹாங்கிர்புரி, கண்டோன்மெண்ட் போன்ற கிழக்கு டெல்லியின் பகுதிகளுக்கு யாரும் செல்லவில்லை. பாதிக்கப்பட்ட பல இடங்களின் சோகங்களைப் பதிவு செய்திடாத

காரணத்தால் ஆதாரங்களையும் சாட்சியங்களையும் சேகரிக்கவே விசாரணை கமிட்டிகள் பல ஆண்டுகளைச் செலவிட நேர்ந்தன.

அந்த மூன்று நாட்களுக்குப் பின்னரும் புகைமூட்டத்தின் தாக்கம் சில வாரங்களுக்கு தொடரவே செய்தது. யாரும் புகைப்படம்கூட எடுக்க முடியவில்லை. சுதந்தரத்திற்குப் பின்னர் நிகழ்ந்த பல முக்கியமான நிகழ்வுகளில் குறைவான படங்களைக் கொண்டிருக்கும் ஒரே நிகழ்வு இதுதான். கடுமையான தாக்குதல்களுக்கு உள்ளான இடங்களிலிருந்து எடுக்கப்பட்ட புகைப்படங்கள் மிகவும் குறைவு.

பெரும்பாலான படங்கள் பேருந்துகளும் கடைகளும் எரிக்கப் பட்டதை மட்டுமே பதிவு செய்திருந்தன. குடியிருப்புகளில் நடந்தவை பற்றிய புகைப்படப் பதிவுகள் எதுவுமில்லை. தாக்குதலுக்கு பின்னர் அதன் பாதிப்புகளைப் படம் பிடித்தவர்களும் குறைவு. டெல்லி ரயில் நிலையத்தின் பிளாட்பார சடலங்கள் படம்பிடிக்கப் பட்டாலும், திரிலோக்புரி குடியிருப்பு வாசல்களில் குவித்து வைக்கப்பட்ட சடலங்கள் ஏனோ படம் பிடிக்கப்படவில்லை.

கலவர நாட்களில் டெல்லி முழுவதும் பயணம் செய்து திரட்டப் பட்ட தகவல்களில் பத்திரிகைகளில் இடம்பெறாத சம்பவங்களும் இருக்கக்கூடும். அது குறித்து கேள்விப்பட்டவற்றைகூட யாரும் பதிவு செய்யவில்லை. விரிவான பதிவுகள் மூலம் உயிரிழப்புகளைத் தடுக்க முடிய்விட்டாலும்கூட ஒரு கோரமான சம்பவத்திற்கு விரைவாக நியாயம் கிடைக்க வழிவகை செய்திருக்கலாம். அந்த வகையில் காவல்துறையின் மௌனத்தோடு, ஊடகத்தின் மௌனத்தையும் கணக்கில் கொள்ள வேண்டும். கலவர நாட்களில் டெல்லியை நேரில் பார்வையிட்ட பத்திரிகையாளர்கள், பல ஆண்டுகள் கழித்து புத்தகங்கள் எழுதினார்கள். பழைய அனுபவங் களை அசைபோடுவது போன்று இருந்ததைத் தவிர, வேறு எந்தப்பயனும் இல்லை.

கலவரம் நடைபெற்ற அந்த மூன்று நாட்களும் குடியரசுத் தலைவர் அலுவலகமும், உள்துறைச் செயலகமும் செயல்படாமல் இருந்தது உண்மை. உள்துறை அமைச்சகராக இருந்த நரசிம்மராவ் கடமை தவறிவிட்டதாக விமர்சிக்கப்பட்டார். வன்முறைச் சம்பவங்களில் உள்துறை அமைச்சராக இருந்த நரசிம்மராவுக்கு எந்த தொடர்பும் இல்லை என்பதை நானாவதி கமிஷன் அறிக்கைகளும் தெளிவு படுத்தின.

குடியரசுத்தலைவர் ஜெயில்சிங்கின் நிலைமையோ மோசமாக இருந்தது. முதல் நாள் தாக்குதலில் பலியான தன்னுடைய உறவினர்

ஒருவரின் சடலத்தை மீட்பதற்காக, எதிர்க்கட்சியைச் சேர்ந்த மதன்லால் குரானாவின் உதவியைக் கேட்டிருந்தார். உடனே படேல் நகர் காவல்நிலையத்துக்கு சென்ற குரானா, ஜெயில் சிங்கின் கோரிக்கையைக் குறிப்பிட்டு விசாரித்தபோது சடலங்களை உறவினர்களிடம் ஒப்படைக்க அனுமதியில்லை என்று கூறி மறுத்துவிட்டார்களாம். குடியரசுத் தலைவராக இருந்தும் ஜெயில் சிங், சூழ்நிலைக் கைதியாக இருந்திருக்கிறார்.

குடியரசுத் தலைவர் ஜெயில்சிங்கிற்கு புதிய பிரதமரைத் தொடர்பு கொள்வதில் தயக்கம் இருந்தது. பாதிக்கப்பட்ட சீக்கிய இனத்தைச் சேர்ந்தவனாக இருந்தும், தன்னால் எதுவும் செய்ய முடியாத நிலையில் இருப்பதாக, சந்திக்க வந்தவர்களிடம் வெளிப்படை யாகவே பேசியிருக்கிறார். ஜெயில் சிங்கோ அல்லது நரசிம்மராவோ தங்களது அதிகாரத்தைப் பயன்படுத்தி, கண்டிப்புடன் நடந்து கொண்டிருக்கலாம். அனுபவமில்லாத பிரதமருக்கு வழி காட்டியிருக்கலாம்.

கட்சியின் மூத்தத் தலைவர்கள் என்கிற அடிப்படையிலாவது கட்சி மேலிடத்திற்கு ஆலோசனைகள் கூறியிருக்கலாம். டெல்லியின் சட்டம், ஒழுங்கு சீர்கெட்டிருக்கிறது என்று தங்களுக்குக் கிடைத்த தகவல்களைப் பிரதமரிடம் நேரடியாகப் பேசியிருக்கலாம். இல்லாவிட்டால் பத்திரிகைகளின் மூலம் பகிரங்கமாகச் சொல்லி யிருக்கலாம். ஏனோ, அதையெல்லாம் செய்யவில்லை. டெல்லி அதிகார மட்டம், அந்த மூன்று நாட்களும் செயல்படாமல் கள்ள மௌனம் சாதித்தது. அதைவிடக் கொடூரமான ஒன்றாக ஜெயில் சிங் - நரசிம்மராவின் மௌனத்தைக் கருத வேண்டியிருக்கிறது.

டெல்லியின் காவல்துறை தலைமை ஆணையரும் லெப்டினண்ட் ஜெனரலுமான பி.ஜி. கவாய், உள்துறை அமைச்சகத்தின் உத்தரவுக்காகக் காத்திருந்தார். உள்துறை அமைச்சகமோ, பிரதமர் அலுவலகம் நேரடியாகத் தலையிட்டிருப்பதால் அவர்களை மீறி எதுவும் செய்யமுடியாது என்று ஒதுங்கிவிட்டது. காவல்துறை தலைமை ஆணையருமான பி.ஜி. கவாய், மிஷ்ரா கமிஷன் முன்பும், பின்னாளில் நானாவதி கமிஷனிலும் சமர்ப்பித்த விளக்கங்கள் பெரிய அதிர்வலைகளைக் கிளப்பின.

'நவம்பர் 1 அன்று காலை 7:30 மணிக்கு பிரதமர் அலுவலகம் சென்றுவிட்டேன். தாக்குதல்கள் தொடர்ந்ததால் காவல்துறை ஆணையரிடம் உடனே துணை ராணுவப்படைகளை உதவிக்கு அழைக்கும்படி யோசனை தெரிவித்தேன்' என்கிறார் கவாய். *அன்று காலை 11 மணிக்கு பிரதமர் அலுவலகத்தில் பிரதமரின் முதன்மைச்*

செயலாளர் பி. அலெக்ஸாண்டர் தலைமையில் அவசரக் கூட்டம் கூட்டப்பட்டது. உள்துறை அமைச்சர் நரசிம்மராவ், உள்துறைச் செயலாளர், ஜெனரல் வைத்யா ஆகியோரும் கலந்துகொண்டார்கள். அக்கூட்டத்தில் டெல்லியின் கலவர நிலை குறித்து விரிவாகப் பேசப்பட்டது என்கிறார் கவாய்.

அதே நாள் மாலை 6 மணிக்கு மீண்டும் கூடினார்கள். இதில் பிரதமரும் கலந்துகொண்டார். பொதுமக்கள் அவரசஉதவிக்காக இருந்த தொலைபேசி எண் 100 செயல்படவில்லை என்று கூட்டத்தில் தெரிவித்தபோது, அதிருப்தி அடைந்த ராஜிவ் காந்தி உடனே அதை சரி செய்ய நடவடிக்கை எடுக்குமாறு டெல்லி தொலைபேசித் தகவல் தொடர்பு இயக்குநருக்கு உத்தரவிட்டிருக்கிறார். கூட்டத்தில் எடுக்கப்பட்ட மற்ற முடிவுகள் பற்றி தெரியவில்லை.

மறுநாள் காலை, ஹெச்.கே.எல் பகத் உடன் திரிலோக்புரி, நந்நகரி, மங்கோல்புரி போன்ற பாதிக்கப்பட்ட பகுதிகளைப் பார்வையிடச் சென்ற கவாய்க்கு, பிரதமர் அலுவலகத்திலிருந்து அவசர அழைப்பு வந்திருக்கிறது. உடனே பிரதமர் அலுவலகத்துக்கு வருமாறு கேட்டுக்கொண்டார்கள். கவாய் அங்கு சென்றபோது, பிரதமருடன் ஜெகதீஷ் டைட்லரும் தரம் தாஸ் சாஸ்திரியும் உடன் இருந்திருக்கிறார்கள்.

ராஜிவ் காந்தியும், கவாயும் தனியாக 20 நிமிடங்கள் பேசியிருக் கிறார்கள். டெல்லி கலவரங்கள் குறித்தும் காவல்துறையினர் எடுத்த நடவடிக்கைகள், பாதிப்புகள் பற்றியும் கவாய், பிரதமரிடம் எடுத்துச்சொல்லியிருக்கிறார். அனைத்தையும் கேட்டுக்கொண்ட பிரதமர், லெப்டினெண்ட் கவர்னர் பதவியில் இனி கவாய் தொடர வேண்டியதில்லை என்று கூறியிருக்கிறார். மனமுடைந்து வீடு திரும்பியிருக்கிறார் கவாய்.

வீடு திரும்பிய சில மணி நேரங்களில் பிரதமர் அலுவலகத்தின் தனிச்செயலாளரான பி.சி. அலெக்ஸாண்டரிடமிருந்து தொலைபேசி அழைப்பு வந்திருக்கிறது. கவாய் உடனே விடுப்பு எடுத்துக்கொண்டு டெல்லியை விட்டு செல்லும்படி பிரதமர் விரும்புவதாகவும் தெரிவிக்கப்பட்டது. இதைச் செய்தால் யூனியன் ப்ப்ளிக் சர்வீஸ் கமிஷன் ஆணையர் பதவி தரப்படும் என்றும் உத்திரவாதம் தரப்பட்டிருக்கிறது. மறுநாள், தன்னுடைய பதவியை ராஜினாமா செய்த கவாய் டெல்லியை விட்டு கிளம்பிவிட்டார்.

அந்த மூன்று தினங்கள் பற்றிய பி.சி. அலெக்ஸாண்டரின் கருத்து வேறுவிதமாக இருக்கிறது. நவம்பர் 1, மதியம் 1:30 அளவில்

ராணுவத்தை அழைக்கலாம் என்று பிரதமர் முடிவெடுத்தார் என்கிறார் அவர். டெல்லி யூனியன் பிரதேசத்தில் சட்டம், ஒழுங்கு சரிவரக் கையாளப்படவில்லை என்ற காரணத்தால் பிரதமர் அப்படியொரு முடிவெடுக்க வேண்டியிருந்தது என்றும் விளக்கம் தந்தார் அலெக்ஸாண்டர். ராணுவத்தை அழைக்கவேண்டும் என்று கவாய் மட்டுமல்ல வேறு யாரும் அப்படியொரு யோசனையைத் தெரிவிக்கவில்லை என்பதையும் மறுத்தார்.

ராணுவத்தை அழைக்க பிரதமர் அலுவலகத்தின் அனுமதி தேவையில்லை. லெப்டினெண்ட் கவர்னர் நினைத்தால், நேரடியாகவே ராணுவத்தை உதவிக்கு அழைக்கலாம். வேறு ஏதேனும் உதவி தேவைப்பட்டால் உள்துறை அமைச்சகத்தைத் தொடர்பு கொண்டிருக்கலாம் என்று சட்டநடைமுறைகளைச் சுட்டிக்காட்டி நானாவதி கமிஷனில் விளக்கம் தந்தார். பிரதமர் அலுவலகம் குறுக்கீடு எதுவும் செய்யவில்லை என்று அலெக்ஸாண்டர் மறுத்தது, அதிகாரிகள் மட்டத்தில் ஆச்சரியங்களை ஏற்படுத்தின. டெல்லியின் காவல்துறை உயர் அதிகாரிகள், பிரதமர் அலுவலகத்தை நேரடியாகத் தொடர்பு கொள்ளவேண்டும் என்று எவ்வித உத்தரவும் பிரதமர் அலுவலகத்திலிருந்து பிறப்பிக்கப் படவில்லை என்பதை அலெக்ஸாண்டர் உறுதியாக மறுத்திருக்கிறார்.

உள்துறை அமைச்சகம் காட்டிய மெத்தனம் பற்றிய சர்ச்சைகளுக்கு நரசிம்மராவும் விளக்கம் தந்திருக்கிறார். நானாவதி கமிஷன் முன் ஆஜராகி பதிலளித்த நரசிம்மராவ், தன்னுடைய உள்துறை அமைச்சகம் கலவரத்தைக் கையாள பல உறுதியான நடவடிக் கைகளை எடுத்ததாகவும் குறிப்பிட்டார். வெளியுறவுத்துறை அமைச்சர் இல்லாத காரணத்தால், வெளிநாட்டு அதிபர்களை வரவேற்று, தங்க வைப்பதற்கான ஏற்பாடுகளில் தான் ஈடுபட வேண்டியிருந்ததாகவும் குறிப்பிட்டார்.

டெல்லியின் பாதுகாப்பை உறுதி செய்ய உள்துறை அமைச்சகம் சார்பாக என்னென்ன நடவடிக்கைகள் எடுக்கப்பட்டது என்று நானாவதி கமிஷன் பேட்டபோது, '1984ல் நடந்த சம்பவங்கள் பற்றி 2004ல் தேதி, நேரம் போன்றவற்றைக் குறிப்பிட்டு பதிலளிக்க முடியாது' என்றார். இரண்டு ஆண்டுகள் என்பது அரசியலில் இறந்தகாலம்; 20 ஆண்டுகள் என்பது நிச்சயமாக கற்காலமாகத்தான் இருக்கமுடியும்!

12

இந்தியாவால் கைவிடப்பட்டவர்கள்

டி.டி. தோரா, எய்ம்ஸ் மருத்துவமனையின் உதவிப் பேராசிரியர். *1984 அக்டோபர் 31* அன்று இந்திரா காந்தியின் உடலுக்குப் பிரேதப் பரிசோதனை செய்தவர். மறுநாள் காலை இந்திராவைச் சுட்ட பியாந்த் சிங்கின் உடலுக்கும் பிரேதப் பிரிசோதனை செய்தார். அதற்கு அடுத்த நாள் முதல் ஏராளமான உடல்களுக்குப் பிரேதப் பரிசோதனை செய்ய வேண்டியிருந்தது. 'டெல்லி முழுவதிலுமிருந்து உடல்கள் வந்து கொண்டே இருந்தன. அடையாளம் தெரியாத அளவுக்கு எரிந்து போன உடல்கள். பார்க்கவே கொடூரமாக இருந்தது' என்கிறார் தோரா.

கொள்ளை, பின்னர் கொலை. இதுதான் டெல்லி மாநகரம் முழுவதும் மூன்று நாட்கள் இரவு, பகல் பாராது நடத்தப்பட்ட வெறியாட்டத்தின் நிகழ்ச்சி நிரல். இது திட்டமிடப்படாமல் உணர்ச்சி வேகத்தில் எழுந்தவை என்று நம்ப வலுவான காரணங்களும் இல்லை. கணிசமான எண்ணிக்கை கொண்ட ஒரு கூட்டம், சீக்கியர்களுக்கு எதிரான தாக்குதலை மேற்கொண்டது. உள்ளூர் காங்கிரஸ் பிரமுகர்கள் திட்டம் வகுத்து, தலைமையேற்று நடத்தினார்கள். இதில் பங்கேற்ற பெரும்பாலானவர்களுக்கு டெல்லியின் சந்துபொந்துகளில் பரிச்சயமில்லை. இவர்களெல்லாம் டெல்லியின் புறநகர்ப் பகுதியிலிருந்து வரவழைக்கப்பட்டவர்கள். இவர்களுக்குத் தேவையான அனைத்து வசதிகளும் செய்து தரப்பட்டன. கெரசின் முதல் அரிவாள் வரை அனைத்து விதமான ஆயுதங்களும் தங்கு தடையின்றி தரப்பட்டன.

மூன்று நாள்களும் சீக்கியர்கள் பெரிதும் பாதிக்கப்பட்டார்கள். ஓரிரு இடங்களில் சீக்கியரல்லாதவர்கள் பாதிக்கப்பட்டாலும், பெரும் பாலான இடங்களில் வன்முறைச் சம்பவங்கள், சீக்கியர்களுக்கு எதிரானதாகவே முடிந்தன. பொருளாதார ரீதியாகப் பின்தங்கியிருந்த சீக்கியர்களைக் குறிவைத்து தொடுக்கப்பட்ட வன்முறை அதிகம். குறிப்பாக வறுமைக்கோட்டுக்குக் கீழ் இருந்த ஏழை சீக்கியர்களும் நடுத்தர வகுப்பைச் சேர்ந்தவர்களும் அதிகமான பாதிப்புக்கு உள்ளானார்கள்.

லஜ்பத்நகர், ஜங்புரா, டிபன்ஸ் காலனி, பிரண்ட்ஸ் காலனி, மஹாராணி பாக், படேல் நகர், சப்தர்ஜங் என்கலேவ் மற்றும் பஞ்சாபி பாக் என டெல்லியின் நான்கு மூலைகளிலும் இருந்த சீக்கிய குடியிருப்புப் பகுதிகளே முதலில் தாக்குதல்களுக்கு உள்ளாயின. வசதி படைத்த சீக்கியர்கள் வாழும் பகுதிகளில் கொள்ளைகள் மட்டுமே நடந்தன. பெரிய அளவில் உயிர்ப்பலியும் அங்கு இல்லை. நடுத்தர மக்கள் வசிக்கும் பகுதிகளில் ஓரளவு கொள்ளைகளும், தடுக்க வந்தவர்கள் மீது தாக்குதலும், மிதமான வன்முறைச் சம்பவங்களும் நடந்தன. ஆனால், ஏழை சீக்கிய குடியிருப்புகளில் நிலைமையே தலைகீழ்.

எரிக்கப்பட்ட சொகுசு கார்களை விட டாக்ஸி, ஸ்கூட்டர்கள் அதிகம். பெரும்பாலான தாக்குதல்கள் திரிலோக்புரி, கல்யாண்புரி, மங்கோல்புரி, சுல்தான்புரி, நந்தநகரி, பாலம் கிராமம், ஷக்குர்பூர், காம்ரி ஆகிய புறநகர்ப் பகுதிகளில் அரங்கேற்றப்பட்டன. பெரிய கடைகளைவிட சிறு கடைகளே அதிகமாக தாக்கப்பட்டன. சீக்கிய பங்களா, முற்றுகையிடப்பட்டாலும் பல மணி நேர காத்திருப்பு களுக்குப் பின்னர் காவல்துறையினரின் ஒத்துழைப்பைப் பொறுத்தே அவை தாக்குதலுக்கு உள்ளாகின. ஆனால், ஏழை சீக்கியர்களின் குடியிப்புகள், ஒரு சில நொடிகளில் எந்தவித எதிர்ப்புமின்றி தீ வைத்து எரிக்கப்பட்டன.

கத்தி முனையில் நடைபெற்ற பாலியல் பலாத்காரங்கள் ஏராளம். வயதான பெண்கள், குழந்தைகள் முன்னிலையில் இளம் பெண்கள் பாலியல் பலாத்காரம் செய்யப்பட்டார்கள். வயதான ஆண்களின் கண்முன்னரே ஏராளமான பெண்கள் கடத்தப்பட்டார்கள். பலரை உயிருடனோ பிணமாகவோ மீட்கமுடியவில்லை. தெருக்களில் விளையாடிக் கொண்டிருந்த சீக்கிய குழந்தைகள் கூட இன வெறியாட்டத்திலிருந்து தப்பமுடியவில்லை. தலைப்பாகை அணிந்தபடி வீட்டை விட்டு மார்கெட்டுக்கு வந்த சிறுவர்களைக்

காப்பாற்றி, காவல்துறையினர் வேனில் ஏற்றி வீட்டுக்கு அனுப்பும் காட்சியை இந்தியன் எக்ஸ்பிரஸ் படம் பிடித்திருந்தது.

பேருந்துகளிலும் ரயில்களிலும் டெல்லியை நோக்கி பயணம் செய்து கொண்டிருந்த சீக்கியப் பயணிகள் நடுவழியில் வலுக்கட்டாயமாக கீழே இறக்கப்பட்டார்கள். பஞ்சாபிலிருந்து டெல்லியை நோக்கி வந்து கொண்டிருந்த ரயில்களின் முன்புதிவு செய்யப்படாத பெட்டிகள் ஒவ்வொரு ஸ்டேஷனிலும் சோதனைக்குள்ளானது. கைக் குழந்தையுடன் பயணம் செய்தவர்களையும் கலவர கும்பல் விட்டுவைக்கவில்லை. சீக்கிய ஆண்களின் உயிரற்ற உடல்கள், ரயில்வே பிளாட்பாரத்தில் நிறைந்து கிடந்தன. குடும்ப உறுப்பினர்களை பறிகொடுத்த பெண்கள் பிளாட்பாரங்களில் தவிப்போடு நின்று கொண்டிருந்தார்கள். அது போன்ற சோகங்களை சுதந்திர இந்தியா சந்தித்ததேயில்லை.

திரிலோக்புரி, வறுமையின் பிடியில் வாழ்க்கை நடத்தியவர்களின் குடியிருப்பு. எமர்ஜென்ஸி காலகட்டத்தின்போது, வறுமை ஒழிப்புத் திட்டத்தின் ஒரு பகுதியாக சஞ்சய் காந்தியின் ஆலோசனைபபடி சேரி ஒழிப்புத் திட்டம் கொண்டு வரப்பட்டது. டெல்லியின் மையப் பகுதிகளில் இருந்த சேரி குடியிருப்புப் பகுதிகளை அகற்றி, அவர்களை திரிலோக்புரி கான்கிரீட் குடியிருப்புகளுக்கு அனுப்பி வைத்தார்கள். சேரியில் வாழ்க்கை நடத்தியவர்களுக்கு சொந்தமாக சிறிய வீடுகள் கிடைத்ததால் இந்திரா காந்தியை நன்றியோடு நினைத்துப்பார்த்தவர்கள் நிறைய பேர். நன்றிக்கடனுக்காக காங்கிரஸ் கட்சியில் சேர்ந்தவர்களும் நிறைய பேர் இருந்தார்கள்.

திரிலோக்புரி டெல்லியிலிருந்து சற்றுத் தொலைவில் இருந்தது. தொழில் நிமித்தம் தினமும் டெல்லிக்கு வந்துவிட்டு திரும்ப வேண்டியிருந்தது. போக்குவரத்து வசதிகள் பெரிய அளவில் வளர்ச்சியடையாத நிலையில் தினமும் டெல்லியிலிருந்து திரிலோக்புரி வந்து செல்வது எளிதான விஷயமல்ல. கிடைத்த வீட்டை விற்றுவிட்டோ, வாடகைக்கு கொடுத்துவிட்டோ நிறையபேர் டெல்லியில் வாடகைக்குக் குடியேறினார்கள். வீடுகள் கைமாறியபோது பலதரப்பட்ட சமூகங்களைச் சேர்ந்த மக்களும் திரிலோக்புரியில் குடியேறினார்கள். வடஇந்தியர், தென்னிந்தியர் என்றெல்லாம் பேதம் பார்க்காத ஒரு குட்டி பாரத விலாஸ் இடமாக திரிலோக்புரி மாறிப்போனது.

திரிலோக்புரிவாசிகளில் பெரும்பாலானவர்கள் பொருளாதார அடிப்படையில் மிகவும் நலிந்தவர்கள். டாக்ஸி ஓட்டுவது, ரிக்ஷா

இழுப்பது, தச்சு வேலை, மண் பாண்டங்கள் செய்வது ஆகியவை தான் அவர்களது முக்கிய தொழில். இங்குள்ள சீக்கியர்களும் சற்றே மாறுபட்டவர்கள். இந்தியைத் தாய்மொழியாகக் கொண்டவர்கள். பஞ்சாபுக்கும் இவர்களுக்கும் சம்பந்தமே இல்லை. நிறைய பேருக்கு பஞ்சாபியும் தெரியாது. இவர்களது பூர்வீகம், தற்போதைய பஞ்சாப் அல்ல. சுதந்தரமடைவதற்கு முன்னர் இருந்த பழைய பஞ்சாப் சிந்து மாகாணத்தின் பகுதிகளைச் சேர்ந்தவர்கள்.

இந்தியப் பிரிவினையின்போது சிந்து பகுதியிலிருந்து டெல்லிக்குக் குடியேறியவர்கள், சிந்து மாகாணத்தின் உள்ளூர் மொழிகளையே தாய்மொழியாகக் கொண்டிருந்தார்கள். டெல்லி வந்த பின்னர் அதுவும் மறந்துபோய், இந்தியை மட்டுமே பேச்சுமொழியாகக் கொண்டவர்கள். பஞ்சாப் வாழ் சீக்கியர்களுக்கும், டெல்லி வாழ் சீக்கியர்களுக்கும் அடிப்படையில் பெரிய வித்தியாசங்கள் இருந்தன. பஞ்சாபைப் பூர்விகமாகக் கொண்டவர்கள், ஜாட் இனத்தைச் சேர்ந்தவர்களாக, பெரும்பாலும் வசதி படைத்தவர்களாக, வர்த்தகர் களாக இருந்தார்கள். சிந்து மாகாணத்தில் இருந்து வந்த லேபனா சீக்கியர்களோ, கூலித் தொழிலாளர்கள். இவர்களை தலித் சீக்கியர்கள் என்றுதான் அழைக்கிறார்கள்.

இன ரீதியாக மட்டுமல்ல, பொருளாதார ரீதியாகவும் சீக்கியர்கள் பிரிந்து இருந்தார்கள். குறிப்பாக திரிலோக்புரி வாழ் சீக்கியர்களுக்கு இடையேயும் பேதம் இருந்தது. ஸ்கூட்டர், டாக்ஸி வைத்திருந்த நடுத்தர வர்க்க பஞ்சாப் சீக்கியர்கள் ஒரு பக்கம். பகல் முழுவதும் கூலி வேலைக்குச் சென்றுவிட்டு இரவில் குடிசையிலோ பிளாட் பாரத்திலோ வசிக்க நேர்ந்த லபனா சீக்கியர்கள் இன்னொரு பக்கம். ஒன்றுக்கொன்று தொடர்பில்லாத மின்சாரக் கம்பிகள் போன்று இருவேறு சமூக அமைப்புகள்; இருவேறு வாழ்க்கை முறைகள். வழிபடும் மார்க்கம் ஒன்றானாலும் வழிபடும் இடங்கள் வேறுவேறு. ஆம். இரு சமூகங்களுக்கும் வெவ்வேறு குருத்வாராக்கள் இருந்தன.

பஞ்சாப் ஜாட் சீக்கியர்களுக்கு அரசியல் செல்வாக்கு அதிகம். டெல்லியின் லபானா சீக்கியர்கள் தனிமரமாக இருந்தார்கள். பஞ்சாப் சீக்கியர்கள், அகாலி தளத்தின் வலுவான ஆதாரத்தளமாக இருந்தார் கள். லபனா சீக்கியர்களோ காங்கிரஸ் கட்சியின் அடிமட்டத் தொண்டர்களாக இருந்தார்கள். கட்சிக்காக எதையும் செய்யத் தயாராக இருந்த உண்மை விசுவாசிகள். புளூ ஸ்டார் நடவடிக்கைக்குப் பின்னர் ஏராளமான மாற்றங்கள் தென்பட்டன. யாரை ஆதரிப்பது என்பதில் சீக்கியர்களுக்குள் குழப்பம் நிலவியது.

அதுவரை பெருமபாலானவர்கள் அகாலி தளத்தை ஆதரித்து வந்தார்கள்.

அகாலி தளத்திற்கு மாற்றாக காங்கிரஸ் கட்சி இருந்தது. லபனா சீக்கியர்கள் உள்ளிட்ட தலித் சீக்கியர்கள் அதுவரை காங்கிரஸ் கட்சியை ஆதரித்ததில் எந்தவொரு சிக்கலும் எழவில்லை. ஆனால், ப்ளூ ஸ்டார் நடவடிக்கைப் பின்னர் ஒட்டு மொத்த சீக்கிய சமூகமும் காங்கிரஸ் கட்சிக்கு எதிராக இருந்தது. காங்கிரஸை ஆதரித்தவர்கள் மீது சீக்கியர்களுக்குக் கடுங்கோபம் இருந்தது. பொற்கோயிலைத் தாக்கியதன் மூலம் சீக்கிய இனத்தை இழிவுபடுத்திய இந்திரா காந்தியின் தலைமையை எந்தவொரு சீக்கியரும் ஏற்றுக்கொள்ள தயாராக இல்லை. அந்தவகையில் புளூ ஸ்டார் நடவடிக்கை, இந்திராவுக்கு எதிராக அனைத்து சீக்கிய அமைப்புகளையும் ஓரணியில் ஒன்று திரட்டியிருந்தது. ஆகவே, லபான சீக்கியர்களும் காங்கிரஸ் கட்சியிலிருந்து சற்று விலகியிருக்க முடிவு செய்தார்கள்.

இந்திரா சுடப்பட்டபோது லபனா சீக்கியர்கள் வருத்தப்பட்டார்கள். ஜாட் சீக்கியர்களைப்போல் இனிப்பு பரிமாறிக்கொள்ளவில்லை. குடும்பத்தைச் சேர்ந்த உறுப்பினர் ஒருவரை இறந்துவிட்டதாய் நினைத்து துக்கம் அனுசரித்தார்கள். ஒவ்வொரு குடும்பத்துக்கும் திரிலோக்புரியில் வீடு கொடுத்தமைக்கு நன்றிக்கடன் பட்டவர்களாக இருந்தார்கள். இத்தகைய அப்பாவி சீக்கியர்கள்தான், அன்றிரவு நடந்த கலவரத்தில் பலிகடா ஆனவர்கள். திரிலோக்புரியில் கொல்லப்பட்டவர்களில் பெரும்பாலானவர்கள் லபனா சீக்கியர் களாக இருந்தார்கள். பஞ்சாபில் பதட்டமிருந்தாலும், டெல்லியில் குண்டுவெடித்தாலும் தங்களுக்கு பாதிப்பு இருக்காது என்று உறுதியாக நம்பிக்கொண்டிருந்தார்கள். அந்த நம்பிக்கையின் மீதுதான் பலத்த அடி விழுந்திருந்தது.

திட்டமிட்டுப் பரப்பப்பட்ட மூன்று வதந்திகள், மூன்று நாட்களும் தாக்குதல்கள் தொடர்வதற்குக் காரணமாக இருந்தன. வதந்தி பரவுவதைத் தடுக்க டெல்லி யூனியன் பிரதேச அதிகாரிகளும், காவல்துறையினரும் எந்தவொரு நடவடிக்கையும் எடுக்கவில்லை.

1. இந்திரா காந்தி சுடப்பட்ட செய்தியைக் கேள்விப்பட்டதும் சீக்கியர்கள் தங்களுக்குள் இனிப்புகளைப் பரிமாறிக் கொண்டார்கள். பட்டாசுகள் வெடித்தும், நடனமாடியும் தங்களது மகிழ்ச்சியை வெளிப்படுத்தினார்கள்.

2. டெல்லியின் குடிநீர் விநியோகத் தொட்டியில் சீக்கிய தீவிரவாதிகள் விஷம் கலந்துள்ளனர் என்ற செய்தி நள்ளிரவு

முழுவதும் ஒலிபெருக்கி வழியாகத் தெரிவிக்கப்பட்டது. காவல்துறை வாகனங்களில் இருந்த ஒலிபெருக்கியின் மூலமாக குடிநீரை குடிக்கவேண்டமாமென்றும் எச்சரிக்கை விடப்பட்டது.

3. பஞ்சாபில் கொல்லப்பட்ட இந்துக்களின் உடல்களைச் சுமந்த ரயில்கள் டெல்லி ரயில் நிலையத்துக்கு வருகின்றன. அங்கிருக்கும் சீக்கியர்களைக் கொன்று, இன்னொரு ரயிலில் பஞ்சாபுக்கு அனுப்புவதுதான் திட்டம்.

இந்த மூன்று வதந்திகளைப் பரப்பியவர் யார் என்று தெரியவில்லை. ஆனால், கணிசமான உயிரிழப்புகளுக்கு இவை காரணமாகிவிட்டன.

கலவரத்தின்போது உண்மையில் எத்தனை பேர் கொல்லப் பட்டிருக்கிறார்கள் என்பதை ஆய்வு செய்ய அரசு முடிவு செய்தது. என்னதான் நடந்தது என்பது பற்றி முழுமையான விசாரணை செய்யும் திட்டமெல்லாம் இல்லை. அரசு நிவாரணங்கள் வழங்குவதில் சிக்கல் இருந்த காரணத்தால் அப்படியொரு முடிவுக்கு அரசு வந்தது. அகுஜா கமிட்டி தொடங்கப்பட்டது.

கலவரம் நடந்து மூன்று ஆண்டுகளுக்குப் பின்னரே உயிரிழப்புகள் குறித்து முழுமையான ஆய்வுகள் மேற்கொள்ளப்பட்டன. ஜெயின் பானர்ஜி கமிட்டியின் முதல் அறிக்கையையும், நானாவாதி கமிஷன் அறிக்கையையும் படித்தால் மடுவுக்கும் மலைக்கும் உள்ள வித்தியாசம் தெரியும். நானாவதி கமிஷன் அறிக்கை கூட கிழக்கு டெல்லி (206); மேற்கு டெல்லி (203); தெற்கு டெல்லி (51); மத்திய டெல்லி (8); வடக்கு டெல்லி (56) என உயிரிழந்தவர்களின் எண்ணிக்கையாகக் குறிப்பிட்டது.

கலவரம் முடிந்த நவம்பர் 3ம் தேதி, திரிலோக்புரி மிகப்பெரிய மயானமாகக் காட்சியளித்தது. இறந்தவர்கள் பற்றி எந்தவொரு அதிகாரபூர்வ தகவலும் வெளியாகவில்லை. நூற்றுக்கணக்கானவர்கள் கொல்லப்பட்டார்கள் என்று பத்திரிக்கை செய்திகள் குறிப்பிட்டாலும், காவல்துறை தொடர்ந்து மறுத்து வந்தது. இறுதியில் 154 பேர் மட்டுமே கொல்லப்பட்டதாக காவல்துறையின் விசாரணை அறிக்கை குறிப்பிட்டது. திரிலோக்புரியில் மட்டும் 610 பேர் கொல்லப்பட்டிருப்பதாக அகுஜா கமிட்டி ஆய்வறிக்கையைச் சமர்ப்பித்தது.

திரிலோக்புரியின் நிலை ஒட்டுமொத்த டெல்லியின் நிலையைப் பிரதிபலித்தது. பெரும்பாலான இடங்களில் ஓரிரு வழக்குகளே பதிவு செய்யப்பட்டன. பத்துக்கும் குறைவானவர்களே கொல்லப் பட்டதாக அறிவிக்கப்பட்டது. அங்கொன்றும் இங்கொன்றுமாக

சம்பவங்கள் நடந்தாலும், உடனடியாக சம்பவ இடத்திற்கு விரைந்து சென்று நடவடிக்கை எடுத்ததாக காவல்துறை குறிப்புகள் எழுதினார்கள். அதையே 20 ஆண்டுகளாக எந்தவொரு வார்த்தையையும் மாற்றாமல் தொடர்ந்து சொல்லிக்கொண்டிருந் தார்கள். நானாவதி கமிஷன் விசாரணையிலும் அதே வாசகங்கள் பதிவு செய்யப்பட்டன.

'அடி, உதை, கொல்... பின்னர் கொள்ளையடி!' என்பதன் தாக்கம் மூன்று நாட்களோடு நின்றுவிடவில்லை. குடும்பத்தினரை இழந்து, வீடுகளை இழந்த சீக்கியர்கள் அநாதைகளானார்கள். 1947ல் இந்தியப் பிரிவினைக்குப் பின்னர், டெல்லி மாநகரம் அகதிகளின் புகலிடமாக மாறியது. எமர்ஜென்ஸி நெருக்கடியின்போதுகூட இயல்பு வாழ்க்கை பாதிக்கப்பட்டதில்லை. ஆனால், 1984ல் சீக்கியர்கள் தெருவில் நிற்கவேண்டிய நிலை இருந்தது. உலககெங்கும் இருந்த சீக்கிய இனத்தவர் உதவி செய்ய பரிதவித்தார்கள். தொலைபேசி வசதியில்லாத காலம் அது. வீடுகளைத் துறந்து குருத்வாராக்களிலும், திறந்தவெளிகளிலும் கூட்டமாக தங்கியவர்களை எப்படித் தொடர்பு கொள்வது?

சீக்கியரல்லாத டெல்லிவாசிகளும் உதவிக்கு வந்தார்கள். புளூ ஸ்டார் நடவடிக்கைக்குப் பின்னர் சீக்கியர்களைச் சந்தேகக் கண்ணோடு பார்த்த பொதுமக்களின் பார்வை, சீக்கியர்களுக்கு நேர்ந்த கொடுமைகளுக்குப் பின்னர் பெரிதும் மாறியிருந்தது. ஆறுதல் வார்த்தைகள் சொல்ல ஆட்கள் இருந்தார்கள். பொதுமக்கள் மத்தியில் எழுந்த அனுதாப அலைதான், சீக்கியர்களைக் கரையேற்றியது. தேவையான உதவிகள் கிடைத்தன. கிடைத்த இடங்களில் ஷெல்டர்கள் அமைத்துத் தந்தார்கள். திருமண மண்டபங்கள், திரையரங்குகள் தொடங்கி காவல் நிலையம் வரை பல்வேறு இடங்களில் நிவாரண முகாம்கள் அமைக்கப்பட்டன.

பலர் டெல்லியைத் துறந்து, பஞ்சாப் நோக்கி பயணமானார்கள். பஞ்சாபில் தங்களுக்கென நெருங்கிய உறவுகள் இல்லையென்றாலும், தயங்காமல் புலம் பெயர்ந்தார்கள். சீக்கியர்களுக்குப் பாதுகாப்பு என்பது கேள்விக்குறியாகிவிட்ட சூழ்நிலையில், ஒரே இனமாக, ஒரே இடத்தில் இருப்பது நல்லது என்கிற முடிவுக்கு வந்திருந்தார்கள். நல்ல உணவு, இருப்பிடம், மருத்துவ வசதி, சிறிதளவு பணம் தேவைப்பட்டது. சக டெல்லிவாசிகள் ஆறுதலாக இருந்தார்கள்.

தொலைந்து போனவர்களைத் தேடுவதும் பலருக்கு முழு நேரப் பணியாக இருந்தது. கலவரத்தின்போது மோசமாக பாதிப்புக் குள்ளான குருத்வாராக்களைச் சரி செய்ய பொருளாதார உதவிகள்

கிடைத்தன. குருத்வாராக்களைச் சார்ந்திருப்பவர்களின் எண்ணிக்கையும் அதிகமானது. குருத்வாராக்கள், பலருக்கும் தங்குமிடங்களாகப் பயன்பட்டன. பிரார்த்தனைகளின் போது வழங்கப்பட்ட பிரசாதங்கள், பலரது உணவுத் தேவைகளைத் தீர்த்து வைத்தன.

'நாய்கள் இங்கே அனுமதிக்கப்படாது' என்னும் அறிவிப்புப் பலகை, பெரும்பாலான நிவாரண முகாம்களின் வாசலில் தொங்கிக் கொண்டிருந்தது. ஒரு மூத்த அமைச்சரின் மனைவி, 200 போர்வை, பெட்ஷீட் மற்றும் உணவுப்பொருள்களோடு கரோல்பாக் நிவாராண முகாமுக்குச் சென்றபோது, திருப்பி அனுப்பப்பட்டார். கலவரத்துக்குக் காரணமான எந்தவொரு காங்கிரஸ் பிரமுகரும் உள்ளே வரக்கூடாது என்று கடுமையாகக் கோஷமிட்டார்கள். நிவாரண முகாம்களில் தங்க வைக்கப்பட்டுள்ளவர்களைச் சந்திக்க பிரதமர் வரப்போவதாக அறிவித்தபோது எதிர்ப்புகள் எழுந்த காரணத்தால், கடைசிநேரத்தில் ரத்து செய்யப்பட்டது.

ஏறக்குறைய 50,000 சீக்கியர்கள் டெல்லி முழுவதும் அமைக்கப் பட்டிருந்த நிவாரண முகாம்களில் தங்க வைக்கப்பட்டிருந்தார்கள். போதுமான உணவு, மருத்துவ வசதி, தங்குமிடம் எதுவும் தரப்படவில்லை. டெல்லியின் நவம்பர் மாதக் குளிரில் சீக்கிய குடும்பங்கள் தவித்துப் போயின. நகாரிக் ஏக்தா மன்ச் போன்ற தன்னார்வத் தொண்டு நிறுவனங்கள் மட்டுமே களத்தில் இருந்தன. நவம்பர் 6 அன்று மாலை பாதிக்கப்பட்ட குடும்பத்தினருக்குப் பத்தாயிரம் ரூபாய் நிவாரண நிதியாக அறிவித்த மத்திய அரசு, அன்றே நிவாரண முகாம்களை மூடுவதற்கும் உத்தரவிட்டது. நிவாரண முகாம்களை குறைந்தது பத்து நாட்களாவது நீட்டிக்கும் உத்தரவை, நகாரிக் ஏக்தா மன்ச் டெல்லி உயர்நீதி மன்றத்தில் முறையீடு செய்து பெறவேண்டியிருந்தது.

நிவாரணத்தொகை வழங்குவதிலும் தாமதம் ஏற்பட்டது. அகுஜா கமிட்டியின் அறிக்கையின்படி 1,700 குடும்பங்களுக்கு நிவாரணத் தொகை வழங்க ஆறு மாதங்களாயின. திலக் நகரில் விதவை காலனி அமைவதற்கு முழுதாக 5 ஆண்டுகளாயின. பாதிக்கப்பட்ட அனைவருக்கும் நிவாரணத்தொகை வழங்கும் திட்டம் நிறைவடைய கிட்டத்தட்ட 13 ஆண்டுகள் ஆயின.

கலவரத்துக்குப் பிந்தைய காலகட்டத்தை சீக்கியர்கள் வெகு கவனமாகக் கையாண்டார்கள். உள்ளுக்குள் கோபம் இருந்தது. மத்திய அரசு, குறிப்பாக ராஜிவ் காந்தி அரசு தங்களைக்

கைவிட்டுவிட்டதாக நினைத்தார்கள். டெல்லியைச் சேர்ந்த காங்கிரஸ் கட்சித்தலைவர்கள் மீது தீராத கோபம் இருந்தது. பொதுமக்களுக்கும் கலவரத்தின்போது தங்களுக்கு எதிராக திட்டமிட்டு செயல்பட்ட கட்சித்தொண்டர்களுக்கும் இருந்த வித்தியாசத்தை புரிந்து கொண்டார்கள். சில நல்ல மாற்றங்களும் முன்னெடுக்கப்பட்டன. அதுவரை பொருளாதார ரீதியாக பிரித்து கிடந்த டெல்லி சீக்கிய சமூகம் நெருங்கி வர ஆரம்பித்தது.

கலவரத்துக்கு பதிலடி தரும் சம்பவங்கள் அடுத்து வந்த பல மாதங்களுக்குத் தொடர்ந்தன. பெரும்பாலான பதில் தாக்குதல்களில் பொது மக்கள் எவரும் பாதிக்கப்படவில்லை. காங்கிரஸ் கட்சியைச் சேர்ந்த எம்பியான லலித் மக்கன் சுட்டுக்கொல்லப்பட்டார். காங்கிரஸ் கட்சியைச் சேர்ந்த கவுன்சிலரும், இந்திரா காந்தி குடும்பத்துக்கு நெருக்கமானவருமான அர்ஜுன் தாஸ் சுட்டுக் கொல்லப்பட்டார். இன்னும் சில கவுன்சிலர்களும் கட்சிப் பிரமுகர்களும் தாக்குதலுக்கு உள்ளானார்கள்.

டெல்லி நகரம் முழுவதும் வெடிகுண்டுகள் வெடித்தன. அத்தனையும் திறமையாக வடிவமைக்கப்பட்ட டிரான்சிஸ்டர் வெடிகுண்டுகள். அப்பாவி பொதுமக்கள் எவரும் உயிரிழக்க வில்லை. இவையெல்லாம் திட்டமிட்டு, எதிராளியைக் குறிவைத்து நடத்தப்பட்ட தாக்குதல்கள். பொதுமக்களை அச்சுறுத்தவோ, பாதிப்படையச் செய்யவோ நடத்தப்பட்டவை அல்ல. சுருக்கமாகச் சொன்னால், சீக்கியரல்லாதவர்களைத் தாக்கவேண்டும் என்கிற எண்ணம் சீக்கியர்களிடம் இல்லை. தங்களைத் தனிமைப்படுத்திக் கொள்ளும் எந்தவொரு செயலையும் அவர்கள் செய்யத் தயாராக இல்லை.

13

திட்டமிட்ட இனப்படுகொலை

1984 கலவரத்தின்போது காவல்துறையினரின் செயல்பாடு குறித்து விசாரிக்க ஒரு கமிட்டி அமைக்கப்பட்டது. வேத் மார்வா, டெல்லி மாநகர காவல்துறை கூடுதல் கமிஷனராக நியமிக்கப்பட்டார். அவரே கமிட்டியின் தலைவராகவும் இருந்து விசாரணையை நடத்தினார். 1985 ஜனவரியில் தன்னுடைய பணிகளை ஆரம்பித்தார். காவல்துறை பதிவேடுகள், கட்டுப்பாட்டு அறை பதிவுளை ஆய்வு செய்தார். கலவரத்தின்போது களத்தில் இருந்த ஏராளமான காவல் துறை அதிகாரிகள், கலவரத்தை நேரில் பார்த்த சாட்சிகள், மீட்புப் பணிகளில் ஈடுபட்ட தனியார் தொண்டு அமைப்புகள் என பலரையும் சந்தித்து விசாரணை நடத்தியபின்னர் அறிக்கை தயார் செய்தார். ஆனால், அறிக்கை கடைசிவரை வெளியிடப்படவில்லை.

டெல்லி மாநகரம், அப்போது ஆறு காவல்துறை மாவட்டங்களாகப் பிரிக்கப்பட்டிருந்தது. வடக்கு, கிழக்கு மற்றும் மத்திய டெல்லி காவல் மாவட்டங்களின் கூடுதல் இணை ஆணையராக ஜாதவ் இருந்தார். தெற்கு, மேற்கு மற்றும் புது தில்லி காவல் மாவட்டங் களுக்கு கௌதம் கௌல் கூடுதல் இணை ஆணையராக இருந்தார். டெல்லி முழுவதும், 73 காவல் நிலையங்கள் இருந்தன. கலவரம் தொடர்பாக 228 வழக்குகள் மட்டுமே பதிவு செய்யப்பட்டிருந்தன.

கலவரம் நடந்த அந்த மூன்று நாட்களும் ஒவ்வொரு ஐந்து நிமிடங்களுக்கும் உதவி கேட்டோ அல்லது எச்சரிக்கை செய்தோ ஏராளமான தொலைபேசி அழைப்புகள் வந்திருந்தன. பெரும் பாலான காவல் நிலையங்களில் ஏராளமான காவலர்கள் குவித்து

வைக்கப்பட்டிருந்தார்கள். பாதுகாப்புப் பணிக்காக வேறெங்கும் அனுப்பப்படவில்லை. ஒரு சில இடங்களில் கலவரங்களை அடக்கும் பணிக்குச் சென்றுவிட்டு காவல் நிலையம் திரும்பி வந்தபிறகு என்ன நடந்தது என்பதையும் பதிவு செய்யவில்லை.

காவல்துறை கட்டுப்பாட்டு மையத்துக்குக் கிடைத்த வயர்லெஸ் செய்திகள் அனைத்தும் சீக்கியர்களுக்கு எதிரானதாக இருந்தது. 'சீக்கியர்கள் கிர்பனுடன் (பிச்சுவா கத்தி) அனந்த நகர் பகுதியில் நடமாடுகிறார்கள். உடனே நடவடிக்கை எடுக்கவும்', 'சீக்கியர்கள் தாக்குவதற்காக குழுமியிருக்கிறார்கள். உடனே கைது செய்யவும்', 'குருத்வாராவுக்குள் 8 இந்துக்கள் மாட்டிக்கொண்டார்கள். அவர்களை மீட்கவும்'என்கிற ரீதியில் ஏராளமான வயர்லெஸ் செய்திகள் அனுப்பப்பட்டிருந்தன. டெல்லி காவல்துறையின் இணை ஆணையர்களின் குறிப்பேடுகளை ஆய்வு செய்தபோது, பெரும்பாலானவர்களிடம் நவம்பர் 1 காலை 11 மணி முதல் மறுநாள் காலை 12 மணி வரை எந்தவொரு குறிப்பும் எழுதப்பட்டிருக்கவில்லை. சில அதிகாரிகளின் குறிப்பேடுகளில் சில பக்கங்கள் காணாமல் போயிருந்தன அல்லது கிழிக்கப்பட்டிருந்தன. சில அதிகாரிகள் தவறான தகவல்களைத் தந்தார்கள். அதில் ஒருவர் தொடர்ந்து 33 மணி நேரம் பணியாற்றியதாகவும் குறிப்பிட்டிருந்தார்.

பெரும்பாலான வயர்லெஸ் செய்திகளுக்குப் பதில் அனுப்பப்படவில்லை. அது குறித்த நடவடிக்கைகளும் எடுக்கப்படவில்லை. ஆனாலும், கட்டுப்பாட்டு மையம் மூன்று நாட்களும் தொடர்ந்து செயல்பட்டிருந்தது. ஏராளமான கட்டளைகள் பெறப்பட்டிருந்தன. சீக்கியர்களுக்கு எதிரான தாக்குதல் குறித்த செய்திகள் தொடர்ந்து வந்தபோதும், அவை ஏன் மற்ற இடங்களுக்குப் பகிர்ந்துகொள்ளப்படவில்லை? நடவடிக்கைகள் ஏன் எடுக்கப்படவில்லை? அவசர உதவிக்கான அழைப்புகள் திடீரென்று செயலிழந்து போனது ஏன்? காவல்துறை குறிப்புகள் பல காணாமல் போனது ஏன்? காவல்துறை யாருடைய உத்தரவுக்காகக் காத்திருந்தது? யாருடைய கட்டுப்பாட்டின் கீழ் இருந்தது? இதுபோன்ற பல கேள்விகளுக்குப் பதில் இல்லை.

உயிரிழப்பு பற்றிய தவறான தகவல்களைகாவல்துறை ஆணையர்கள் தொடர்ந்து தெரிவித்துக்கொண்டிருந்தார்கள். பத்திரிகைகளில் வந்த செய்திகளையும் மறுத்தார்கள். நவம்பர் 3 அன்றுகூட 20 பேர் மட்டுமே இறந்தார்கள் என்று தெரிவிக்கப்பட்டது. தவறான தகவல் தந்த காவல்துறை அதிகாரியின் குறிப்பேடுகளை விசாரணைக்காகக் கேட்டபோது கடைசிவரை சமர்ப்பிக்கப்படவேயில்லை.

ரயில்வே பாதுகாப்புப் படை, டெல்லி காவல்துறையை விட மோசமாக செயல்பட்டது. டெல்லியை நோக்கி வந்த ரயில்களிலும், டெல்லியிலிருந்து கிளம்பிய ரயில்களையும் கலவர கும்பல் தாக்கியபோதும் ரயில்வே பாதுகாப்புப் படை நடவடிக்கை எடுக்கவில்லை. அந்த மூன்று நாள்கள் மட்டும் ஸ்டேஷன் இல்லாத 46 இடங்களில் ரயில் நின்று, ஆள்களை ஏற்றிக்கொண்டு சென்றிருக்கிறது. 179 சடலங்கள் ரயில்வே நிலையங்களிலிருந்து மீட்கப்பட்டன. ஆனால், ஒருவர் கூட ரயில்வே பாதுகாப்புப் படையினரால் கைது செய்யப்படவில்லை.

டெல்லியின் தீயணைப்புத்துறையும் செயல்படவில்லை. கடைகளும் வீடுகளும் கொளுத்தப்பட்டதாக 170 இடங்களிலிருந்து புகார்கள் வந்தும் 4 இடங்களுக்கு மட்டுமே தீயணைப்பு வண்டிகள் அனுப்பப் பட்டன. பல இடங்களில் தீயணைப்பு வண்டிகள் நிறுத்தி வைக்கப்பட்டிருந்தன. டீசல் தட்டுப்பாடு, தண்ணீர் வரத்து இல்லையென்று காரணம் கூறி, நிறைய இடங்களுக்கு அனுப்பப்பட வில்லை. கலவரத்தால் அதிகம் பாதிக்கப்பட்ட பகுதிகளான மங்கோல்புரி, சுல்தான்புரி, நங்கோலி, பாலம் காலனி பகுதிகளுக்கு தீயணைப்பு வண்டிகள் அனுப்பப்படவில்லை. டெல்லியின் புறநகர் தொழிற்சாலைப்பகுதிகளில் நிறுவனங்கள் தீக்கிரையாக்கப்பட்ட போது, இந்துக்களுக்குச் சொந்தமான நிறுவனங்கள் மட்டுமே தீயிலிருந்து காப்பாற்றப்பட்டன.

மார்வா விசாரணையின் முடிவில் காவல்துறையின் செயல் பாடுகளும் அவற்றின் தோல்விகளும் வெளிச்சத்துக்கு வரும் என்று ஊடகங்கள் நம்பியிருந்தன. விசாரணையும் வேகமாக நடைபெற்று வந்தது. ஆனால், ஆறே மாதத்தில் திடீரென்று விசாரணை நிறுத்தி வைக்கப்பட்டது. காவல்துறையைச் சேர்ந்த மூத்த அதிகாரிகளே உயர்நீதிமன்றம் வரை சென்று, விசாரணையை நிறுத்தத் தங்களால் முடிந்த அனைத்து வழிகளையும் கையாண்டார்கள். முடிவில் விசாரணையை நிறுத்திக்கொள்ளுபடி மார்வாவுக்கு உத்தரவு வந்தது.

என்ன காரணமென்பது யாருக்கும் தெரியவில்லை. அதே ஆண்டு இறுதியில் மார்வா காவல்துறை ஆணையராகப் பதவி உயர்வு பெற்றார். பின்னாளில் ஜம்மு காஷ்மிர் விஷயத்தில் அம்மாநில கவர்னருக்கு ஆலோசகராகச் செயல்பட்டார். பிகார், மணிப்பூர், ஜார்கண்ட் மாநில கவர்னராகவும் இருநதிருக்கிறார். 1984 சீக்கியர் கலவரம் குறித்த அவரது விசாரணை அறிக்கை வெளியிடப்படா விட்டாலும், மூன்று நாட்களும் காவல்துறை மெத்தனமாகச் செயல் பட்டிருக்கிறது என்பது வெளிச்சமானது. வரலாற்றின் முக்கியமான

சம்பவத்தை விசாரிக்க அமைக்கப்பட்ட விசாரணை கமிட்டி, மேலிடத்தின் உத்தரவின் காரணமாக திடீரென்று கலைக்கப்பட்டது. உள்துறை அமைச்சராக இருந்த நரசிம்மராவ், பிரதமராக இருந்த ராஜிவ் காந்தி ஆகியோரின் கவனத்துக்கு வராமல் இது நடைபெற வாய்ப்பில்லை என்பது மட்டும் நிச்சயம்.

'ஒட்டுமொத்தமாக 30 அல்லது 40 பேர் கொண்ட கும்பல்தான் டெல்லியின் வெவ்வேறு இடங்களில் வன்முறைச் சம்பவங்களில் ஈடுபட்டிருக்கிறார்கள். அவர்களைப் பெரிய கும்பல் என்றெல்லாம் சொல்லிவிடமுடியாது. எளிதாகக் கையாண்டிருக்க முடியும். ஆயிரக்கணக்கானோர் இந்திரா காந்தி சுடப்பட்ட துக்கத்தினால் உந்தப்பட்டு, வன்முறையில் இறங்கினார்கள் என்பதை ஏற்றுக் கொள்ளமுடியாது. டெல்லி போன்ற பெருநகரங்களில் ஆயிரக் கணக்கில் மக்களை திரட்டுவது கஷ்டமான காரியம். சர்வ நிச்சயமாக திட்டமிட்டு திரட்டப்பட்டு, சீக்கியர்களுக்கு எதிராக ஏவி விடப்பட்ட சிறு கும்பல்' என்கிறார் மார்வா.

டெல்லியின் எந்தப்பகுதியில் நடந்த தாக்குதலாக இருந்தாலும் ஏராளமான ஒற்றுமைகள் தென்பட்டன. படுகொலை செய்யப்பட்ட விதம், பயன்படுத்தப்பட்ட ஆயுதங்கள் இரண்டைம் பார்க்கும் போது ஓர் ஒழுங்கு தெரிந்தது. கொலை செய்யப்பட்ட சீக்கியர்களின் தலைப்பாகை பிரிக்கப்பட்டு, தலைமுடி வெட்டி எடுக்கப் பட்டிருந்தது. எங்கேயும் கத்தி, அரிவாள் பயன்படுத்தப்படவில்லை. ஒருவேளை பயன்படுத்தப்பட்டிருந்தால் தடயமோ, கைரேகைகளோ கிடைத்திருக்கக்கூடும். அதே போல் கெரசினும் தங்கு தடையின்றி கிடைத்திருக்கிறது. கெரசின், எல்லோருடைய வீடுகளிலும் இருந்த காரணத்தால் வீடுகளுக்குள் புகுந்து, அங்கு இருந்த கெரசினையே பயன்படுத்தி சீக்கியர்களை எரித்திருக்கிறார்கள்.

எண்பதுகளில் கெரசின் என்பது எளிதான விஷயமல்ல. லைசென்ஸ் பெறப்பட்ட ஏஜென்ஸிகளிடமிருந்து மட்டுமே பெறமுடியும். கெரசின் ஊற்றி செய்யப்பட்ட கொலைகள் பல தற்கொலைகளாக காவல்துறையினரால் முடித்து வைக்கப்பட்டதுண்டு. கெரசின் ஊற்றி தற்கொலை செய்து கொண்டதாக சொல்லப்பட்ட பல வரதட்சணைக் கொடுமை வழக்குகளை நாடு அறிந்ததுண்டு. வேறு ஆயுதங்களைப் பயன்படுத்தி செய்யப்படும் கொலைகளில் தடயம் ஏதாவது சிக்கிவிடும். கெரசின் விஷயத்தில் தடயங்கள் கிடைக்கும் வாய்ப்புகள் குறைவு.

பயன்படுத்தப்பட்ட, பழைய டயர்களை கழுத்தில் மாட்டி உடலின் மற்ற பகுதிகளில் கெரசின் ஊற்றி எரித்திருக்கிறார்கள். இதுவொரு

புதுவிதமான முறை. டயர், நீண்ட நேரம் எரியக்கூடியது. எரியும்போது வரும் புகை, மூச்சைத் திணறடிக்கும். டயர் எரிவதால் டயரில் உள்ள ரப்பர் உருகி, உடலின் மீது இறங்கினால் தப்பிக்க முடியாது. கழுத்தில் மாட்டி, கொளுத்திவிட்டு ஓடிவிட்டால் எரியும் டயரை கழட்டிவிடமுடியாது. குறைவான நேரத்தில் நிறைய பேரை கொல்ல இவ்வழியை தேர்ந்தெடுத்திருக்கிறார்கள்.

அதிக வாகனங்கள் கொண்ட டெல்லி தெருக்களில் டயர் என்பது சர்வசாதாரணமாகக் கிடைக்கும் என்றாலும் அதிக எண்ணிக்கையிலான டயர்கள் அவர்களது கைவசம் கிடைத்தது எப்படி என்கிற கேள்வியும் எழுகிறது. காவல்துறையினர் அதிரடி நடவடிக்கை எடுத்து டயர் சப்ளை செய்வதைத் தடுத்திருக்கிறார்கள். குறிப்பாக மத்திய டெல்லி பகுதியில் ஷரத்தனந்த மார்க்கில் இருந்த அனைத்து மொத்தவிலை டயர் கடைகளையும் மூடி சீல் வைத்தார்கள். அதையும் மீறி, நகரம் முழுவதும் டயர் கிடைத்துக்கொண்டுதான் இருந்தது.

தங்களுடைய அடையாளத்தை வெளிப்படுத்திவிடாமல், பதட்டப் படாமல் திட்டமிட்டு தாக்கியிருப்பதைப் பார்க்கும்போது அனுபவ முள்ளவர்களாகக் கருத வேண்டியிருக்கிறது. ஆண்கள் போக குடும்பத்தின் மற்ற உறுப்பினர்களை விட்டுவிடுமாறு கெஞ்சியும் யாரும் அசைந்து கொடுக்கவில்லை. மண்டியிட்டு, மன்றாடி உயிர் பிழைத்த சீக்கிய ஆண்கள் எவருமில்லை என்பதையும் இங்கே கவனிக்கவேண்டியிருக்கிறது. 'உணர்ச்சிப் பெருக்கில் தாக்குதல் நடத்தும் கூட்டமாக இருந்திருந்தால், ஓரிரு இடங்களிலாவது இரக்கப்பட்டு தாக்குதலை நிறுத்தியிருப்பார்கள். அனைத்துக் கொலைகளிலும் இப்படியொரு ஒழுங்கை நாம் பார்க்க முடிந்திருக்காது' என்கிறார் மார்வா.

பஞ்சாப் மாநிலத்தைப் பூர்விகமாகக் கொண்ட வசதி படைத்த ஜாட் சீக்கியர்கள் கலவரத்தில் பாதிக்கப்படவில்லை: பாதிக்கப்பட்டவர் களில் பெரும்பலான மக்கள் டெல்லியின் தெற்குப் பகுதியைச் சேர்ந்தவர்கள். சர்வதேச விமான நிலையம் அமைந்துள்ள பாலம் பகுதியை ஒட்டிய புறநகர்ப் பகுதிகளைச் சேர்ந்தவர்கள். டெல்லியின் மேற்குப் பகுதியில் இருந்த திரிலோக்புரி, சுல்தான்புரி மற்றும் பாலம் ஆகிய மூன்றுமே பெரிதும் பாதிக்கப்பட்ட பகுதிகள். மூன்று நாட்களில் கிழக்கு, மேற்கு மற்றும் தெற்கு டெல்லியைச் சேர்ந்த பகுதிகள் மட்டுமே பாதிக்கப்பட்டன. வடக்கு மற்றும் மத்திய டெல்லி பகுதிகளில் பாதிப்புகள் குறைவு என்றுகூடச் சொல்லலாம்.

வடக்கு டெல்லியில் குறைந்த எண்ணிக்கையாக 30 பேர் மட்டுமே பாதிக்கப்பட்டார்கள். அதில் சீக்கியர்கள் மட்டுமல்ல இந்துக்களும் இருந்தார்கள். வடக்கு பகுதியைச் சேர்ந்த காவல்துறையினர் பொறுப்பாக, துரிதமாக செயல்பட்டதால் நிறைய இழப்புகளைத் தவிர்க்கமுடிந்தது. டெல்லியின் இதயப் பகுதி என்பதால் மிகுந்த கவனத்துடன் இருநதிருக்கிறார்கள். சிஸ்கஞ்ச் என்னும் டெல்லியின் முக்கியமான குருத்வாரா தாக்குதலுக்கு உள்ளானபோது மேக்ஸி என்னும் மேக்ஸ்வெல் பெரைரா துரிதமாகச்செயல்பட்டு, தடியடி மற்றும் துப்பாக்கிச் சூடு நடத்தி கலவரத்தை ஒடுக்கினார். இல்லா விட்டால் இன்னும் மோசமான விளைவுகள் ஏற்பட்டிருக்கும்.

ஒட்டுமொத்தமாகப் பார்க்கும்போது, கலவரம் குறித்து தீவிரமான விசாரணைகள் எதுவும் மேற்கொள்ளப்படவில்லை. 3000 பேர் இறந்ததாகக் கருத்தப்பட்டாலும் எந்தவொரு புலனாய்வும் மேற் கொள்ளப்படவில்லை. நீதி கேட்டு தனிநபர்கள் நீதிமன்றத்தை நாடிய போது, ஒரு சில வழக்குகளில் காவல்துறை மறுவிசாரணை நடத்தப் படவேண்டுமென்று நீதிமன்றம் உத்தரவிட்டது. அதன் காரணமாகவே சில வழக்குகள் திரும்பவும் விசாரணைக்கு எடுத்துக் கொள்ளப்பட்டு விசாரணை மேற்கொள்ளப்பட்டது.

காவல்துறையைப் பொறுத்தவரை, நடந்த குளறுபடிகளை மறைக்கவே முயற்சி செய்தார்கள். கலவரத்தில் ஈடுபட்ட குற்றவாளி களைத் தேடிப்பிடிக்க எந்தவொரு தீவிரமான முயற்சியும் மேற்கொள்ளப்படவில்லை. மார்வா மேற்கொண்ட விசாரணை நிறைவடையவில்லை. அறிக்கையும் வெளிவரவில்லை. விசாரணையைத் தொடர்வதற்கான எந்தவொரு முயற்சியையும் அரசு எடுக்கவுமில்லை.

டெல்லி கலவரங்கள் குறித்து விரிவான விசாரணைகள் நடத்தப்பட வேண்டும் என்று கோரிக்கைகள் 1985ல் எழுந்தபோது, ராஜிவ் காந்தி அரசு அதில் தீவிரம் காட்டவில்லை. கலவரம் ஒரு முடிந்த கதை என்று நினைத்தார்கள். பழைய காயங்களைக் கிளறுவதால் புதிய பிரச்னைகள்தான் வரும். ஆக்கப்பூர்வமான தீர்வு எதுவும் கிட்டிவிடப் போவதில்லை என்பது ராஜிவ் காந்தி உள்ளிட்ட காங்கிரஸ் கட்சித்தலைவர்களின் நிலைப்பாடு. ஆனால், பொதுமக்களும் எதிர்க்கட்சியினரும் ஒரு விசாரணைக் கமிஷன் அமைக்கப்பட வேண்டும் என்று அழுத்தம் தந்ததால் நீதிபதி மிஷ்ரா தலைமையில் விசாரணை கமிஷன் அமைக்கப்பட்டது.

1985ல் கலவரங்கள் குறித்து விசாரிக்க ஜஸ்டிஸ் ரங்கநாத் மிஷ்ரா தலைமையில் கமிஷன் அமைக்கப்பட்டது. மிஷ்ரா கமிஷனுக்குத்

தேவையான தகவல்களை அளிப்பதிலும் தாமதம் ஏற்பட்டது. அரசுத் தரப்பிலிருந்த ரெக்கார்டு, காவல்துறை விசாரணை அறிக்கைகளை மிஷ்ரா கமிஷன் வசம் ஒப்படைக்கும் பணி 1985 மே மாதம் தொடங்கி 1986 ஆகஸ்ட் மாதம் வரை ஏறக்குறைய ஓராண்டுக்கும் மேலாக நீடித்தது.

நீதிபதி மிஷ்ரா தலைமையில் அமைக்கப்பட்ட விசாரணை கமிஷன் 18 பேர் கொண்ட உறுப்பினர்களைக் கொண்டிருந்தது. முன்னாள் தலைமை நீதிபதி சிக்ரி, லெஃப்டினெண்ட் ஜெனரல் ஜே. எஸ் அரோரா மற்றும் பத்திரிக்கையாளர் குஷ்வந்த் சிங் ஆகியோர் உறுப்பினர்களாக இருந்தார்கள். முன்னதாக சிட்டிஸன் கமிஷன் பாதிக்கப்பட்டவர்களிடமிருந்து பெறப்பட்ட 600 வாக்கு மூலங்களைத் தாக்கல் செய்திருந்தது. சிட்டிஸன் கமிஷன் அறிக்கை, கலவரத்தின்போது ஆளுங்கட்சியினரும் காவல்துறையினரும் நடந்துகொண்ட விதம் பற்றி விரிவாக அலசியிருந்தது.

சிட்டிஸன் கமிஷன் மற்றும் மற்ற விசாரணை கமிட்டியின் அறிக்கைகளை முன்வைத்து மிஷ்ரா கமிஷன் தொடர்ந்து விசாரிக்க முடிவு செய்திருந்தது. ஆனால், கமிஷன் உறுப்பினர்களுக்கிடையே ஒற்றுமை இல்லாத காரணத்தால் கமிஷனின் பணிகள் பாதிக்கப் பட்டன. பாதிக்கப்பட்டவர்களைத் தேடிச் சென்று, உண்மையைக் கண்டறிவதற்கு மாறாக, சம்பந்தப்பட்டவர்கள் கமிஷனைத் தேடிவரவேண்டும் என்று எதிர்பார்க்கப்பட்டது. எத்தகைய புகாராக இருந்தாலும் வலுவான ஆதாரமோ சாட்சியோ இருக்க வேண்டும் என்பதில் பிடிவாதமாக இருந்தது மிஷ்ரா கமிஷன்.

மார்வா கமிஷன், காவல்துறையினரின் குளறுபடிகளை விசாரித்திருந்தது. ஆனால், அறிக்கை எதுவும் வெளியிடப்பட வில்லை. மிஷ்ரா கமிஷனோ, பாதிக்கப்பட்டவர்களின் வாதங்களைக் கேள்விக்குறியாக்கியது. ஆதாரங்களோ, நேரடி சாட்சியங்களோ தேவை என்றது. மிஷ்ரா கமிஷனின் அறிக்கை, மனித உரிமை அமைப்புகளின் கண்டனத்தையும் எதிர்கொண்டது. மற்ற விசாரணை கமிஷன்களுக்கு நேர்ந்தவைதான் மிஷ்ரா கமிஷனுக்கும் நடந்தது. மிஷ்ரா கமிஷனின் பரிந்துரைகளை ஏற்றுக்கொண்டு அரசுத்தரப்பி லிருந்து நடவடிக்கை எடுக்கப்படவில்லை. மறுவிசாரணை வேண்டும் என்று சீக்கியர்கள் எழுப்பிய குரல்களும் மதிக்கப்பட வில்லை.

டெல்லி மாநகராட்சி, மிஷ்ரா கமிஷனுக்கு தந்த விளக்கத்தில் சீக்கியர்களைக் குறை கூறியது. கலவரங்கள் அனைத்தும்

பொதுமக்களின் கோபத்தினால் விளைந்தவை. இந்திரா காந்தி சுடப்பட்டதை சீக்கியர்கள் கொண்டாடியதன் காரணமாகவே பொதுமக்கள் மத்தியில் கோபம் எழுந்தது என்பதையும் எழுத்துப்பூர்வமாக தெரிவித்திருந்தது. இந்த விளக்கம், மிஷ்ரா கமிஷன் அறிக்கையில் பெரும் தாக்கத்தை ஏற்படுத்தியது. மூன்று நாட்கள் நடந்த வன்முறைச்சம்பவங்கள் திட்டமிடப்பட்டவையல்ல, உணர்ச்சி கொந்தளிப்பால் விளைந்தவை என்கிற முடிவுக்கு மிஸ்ரா கமிஷன் வந்தது.

டெல்லி மட்டுமல்ல கான்பூரில் சீக்கியர்களுக்கு எதிராக நடைபெற்ற வன்முறைச் சம்பவங்களையும் மிஸ்ரா கமிஷன் விசாரித்திருந்தது. ஒவ்வொரு நாளும் குறைந்த 25 சாட்சியங்கள் நீதிபதி ரங்கநாத மிஷ்ரா முன்னர் ஆஜராகி நடந்த சம்பவங்களை விளக்கினார்கள். போதுமான சாட்சியங்கள் இல்லாத காரணத்தால் விசாரணையைத் தொடர முடியவில்லை என்று காரணம் கூறி 1986 மார்ச் 31 அன்றோடு தன்னுடைய விசாரணையை முடித்துக்கொண்டது. நீதிபதி மிஷ்ரா, பின்னாளில் உச்சநீதிமன்றத்தின் நீதிபதியானார். பின்னர், மனித உரிமை கமிஷனில் சில காலம் இருந்துவிட்டு, காங்கிரஸ் கட்சியில் இணைந்து ராஜ்யசபா உறுப்பினராகவும் இருந்தார்.

அடுத்து வந்த மிட்டல் கமிஷனின் அறிக்கை, டெல்லி மாநகராட்சியின் தவறுகளையும், அதன் பொய்களையும் வெளிச்சத்துக்குக் கொணடு வந்தது. மிஷ்ரா கமிஷனில் ஆஜராகி வாக்குமூலம் தந்த அதிகாரிகளைக் குறுக்கு விசாரணைக்கு உட்படுத்தி, காவல்துறையின் தவறுகளை வெளிக்கொண்டு வந்தது. 1987ல் கூடுதலாக மூன்று விசாரணை கமிட்டிகள் அமைக்கப்பட்டன.

கலவரத்தோடு தொடர்புடைய கிரிமினல் வழக்குகளை மட்டும் விசாரிக்க ஜெயின் பானர்ஜி கமிட்டியும், கலவரத்தில் இறந்து போனவர்களின் எண்ணிக்கையை விசாரித்து முடிவுக்கு வர அகுஜா கமிட்டியும் கலவரங்களில் காவல்துறையின் பங்கு குறித்து விசாரிக்க கபூர் மிட்டல் கமிட்டியும் அமைக்கப்பட்டன. சம்பவங்கள் நடந்து மூன்று ஆண்டுகளுக்குப் பின்னர் இறந்தவர்களின் எண்ணிக்கை 2733 என்பதை உறுதிப்படுத்தியது அகுஜா கமிட்டியின் அறிக்கை.

வாஜ்பாய் தலைமையிலான பாஜக அரசு, 2001ல் நீதிபதி ஜி.டி நானாவதி தலைமையில் ஒரு புதிய விசாரணை கமிஷனை அமைத்தது. 2004ல் தன்னுடைய விசாரணைகளை நிறைவு செய்த நானாவதி கமிஷன், ஒரே ஆண்டில் தன்னுடைய அறிக்கையைச் சமர்ப்பித்தது. சீக்கியர்கள் மீதான தாக்குதல் திட்டமிட்டு

நடத்தப்பட்டவை என்பதையும் அது அழுத்தமாக பதிவு செய்தது. டெல்லி தவிர மற்ற இடங்களில் நிகழ்ந்த கலவரங்கள் பற்றி நானாவதி கமிஷன் விசாரிக்கவில்லை. கலவரங்களை நடத்தியவர்கள் யார் என்கிற கேள்விக்குத் தெளிவான பதில் இல்லை. நானாவதி கமிஷனின் அறிக்கை முழுமையாகவோ விரிவாகவோ இல்லா விட்டாலும் அதற்கு முந்தைய பல்வேறு விசாரணை கமிட்டிகளின் அறிக்கைகள் சுட்டிக்காட்டிய அம்சங்களை மறுஆய்வுக்கு உட்படுத்தி, ஒரு தெளிவான பார்வையை முன்வைத்தது.

புல்பங்காஷ் குருத்வாரா அருகே பாதல் சிங், தாக்குர் சிங், குர்சரண் சிங் ஆகிய மூன்று பேர் காங்கிரஸ் பிரமுகரான ஜகதீஷ் டைட்லர் தூண்டுதலின் காரணமாக கொல்லப்பட்டார்கள் என்று குற்றம் சாட்டப்பட்டது. இது குறித்து வழக்கு பதிவு செய்யப்பட்டு பல ஆண்டுகளாக விசாரணை நடத்தப்பட்டது. பின்னர் வழக்கு, சிபிஐ விசாரணைக்கு மாற்றப்பட்டது. டைட்லர் மீதான குற்றத்துக்குப் போதிய ஆதரமில்லாத காரணத்தால் வழக்கைக் கைவிட சிபிஐ அனுமதி கோரியது. 2007ல் வழக்கு விசாரணைக்கு வந்தபோது, டெல்லி நீதிமன்றம் இதை ஏற்கவில்லை. மறுவிசாரணை செய்யுமாறு சிபிஐக்கு உத்தரவிட்டது. மீண்டும் விசாரணை நடத்திய சிபிஐ, 2010ல் வழக்கைக் கைவிட நீதிமன்றத்திடம் அனுமதி கேட்டது. இம்முறை நீதிமன்றமும் ஏற்றுக்கொண்டது.

இதை எதிர்த்து டெல்லி செஷன்ஸ் நீதிமன்றத்தில் வழக்கு தொடரப்பட்டது. சிபிஐ விசாரணை சரிவர நடைபெறவில்லை; நிறைய பேரை விசாரிக்கவில்லை; டைட்லருக்கு எதிராக சமர்ப்பிக்கப்பட்ட ஆதாரங்களைக் கண்டுகொள்ளவில்லை என ஏகப்பட்ட புகார்கள் சிபிஐ மீது வைக்கப்பட்டன. குற்றம் சாட்டப் பட்டவர் தீன்மூர்த்தி மாளிகையில் இந்திரா காந்தியின் இறுதி ஊர்வல ஏற்பாடுகளில் இருந்தார். மறுநாள் டி.பி ஹாஸ்பிடல் ரோட்டில் யாரையும் சந்திக்கவில்லை. மூன்று நாட்களும் டெல்லியில் ஊரடங்கு உத்தரவு இருந்தது போன்ற வாதங்களால் வழக்கு விசாரணையில் முன்னேற்றமுமில்லை. நேரில் பார்த்த சாட்சிகளில் மூன்று பேர், அமெரிக்காவில் வசிப்பதால் அவர்களை இந்தியாவுக்கு வரவழைத்து சாட்சியங்களைப் பெறுவதில் உள்ள நடைமுறைச் சிக்கல்களால் வழக்கு இன்னும் நிலுவையில் உள்ளது.

மேற்கு தில்லியின் திலக் விகாரில், ஏறக்குறைய ஆயிரம் சீக்கிய குடியிருப்புகள் உள்ளன.சுற்றுவட்டாரத்தில் திலக் விகாரை, விதவைகள் காலனி என்றுதான் அழைக்கிறார்கள். வடகிழக்கு டெல்லி பகுதியில் சுல்தான்பூரி, மங்கோல்புரி போன்ற பகுதிகளைச்

சேர்ந்த கலவரத்தால் பாதிக்கப்பட்ட சீக்கிய குடும்பங்களுக்கு அரசு செலவில் கட்டித்தரப்பட்ட குடியிருப்புகள் இவை. கலவரத்தின் போது கணவரை, மகன்களை, சகோதரர்களை இழந்த வயதான சீக்கியப் பெண்கள் வசிக்கிறார்கள்.

திலக் விகாரின் அன்றாட வாழ்க்கை, டெல்லியின் பரபரப்பான வாழ்க்கையை விட முற்றிலும் வித்தியாசமானது. நெருக்கமான குடியிருப்புகள். ஆண் துணை இல்லாத சீக்கியப் பெண்கள் இங்கே வசிக்கிறார்கள். கடந்த 30 ஆண்டுகளாகக் குடியிருப்புகளில் எந்தவொரு கொண்டாட்டமும் இருந்ததில்லை. இத்தகைய மயான அமைதி பிடிக்காமல் வெளியேறியவர்கள் நிறைய பேர். ஆனாலும், பொருளாதார வசதியில்லாத சீக்கியப் பெண்களுக்கு இதைவிட்டால் வேறு வழியில்லை. குடியிருப்புகளில் அடிப்படை வசதிகள் இல்லை. குடிநீர் வசதியும் இல்லை. இங்குள்ள ஒவ்வொரு குடும்பமும் காவல்துறை நிலையம், நீதிமன்ற வாசல்களில் ஏறி இறங்கியிருக்கிறது. வழக்கு விசாரணையின்போது ஆஜராவது, மறு விசாரணைக்கு கோரிக்கை விடுப்பது, ஆண்டுதோறும் நினை வேந்தல் நிகழ்ச்சி நடத்துவது, சீக்கியர்களின் உரிமைகளைக் காப்பதற்காக போராட்டங்களில் ஈடுபடுவதெல்லாம் இவர்களின் அன்றாட வாழ்க்கைப் பணிகளாக மாறிவிட்டவை.

தந்தையை இழந்து தாயால் கஷ்டப்பட்டு வளர்க்கப்பட்ட பெரும் பாலான சீக்கிய குழந்தைகள் மனஉளைச்சலில் சிக்கித் தவிக் கிறார்கள். குடும்பத் தலைவரான தாய், வேலை நிமித்தம் காரணமாக தினமும் டெல்லி சென்று விட்டு திரும்புவதால் குழந்தைகளை அக்கறையோடு கவனிப்பதற்கு ஆட்கள் இல்லை. பெரும்பாலான குழந்தைகள் தனிமைப்படுத்தப்பட்டதாக நினைத்தார்கள்.

திலக் விஹாரில் வெற்றிகரமாக பள்ளி வாழ்க்கையை முடித்த குழந்தைகள் வெகு குறைவு. சிறுவயதிலேயே மதுவுக்கு அடிமையாகி, வாழ்க்கையைத் தொலைத்தவர்கள் ஏராளமானவர் உண்டு. கடுமையான தலைவலியால் சிக்கித் தவிப்பவர்களும் நிறைய பேர். போதை மருந்து பழக்கம், சிறுவர்களை வன்முறைப் பாதைக்கு திருப்பிவிட்டிருக்கிறது. தங்களுடைய குடும்ப உறுப்பி னர்கள் மிருகத்தனத்தமாக நடத்தப்பட்ட அந்த மூன்று நாள்கள் கலவரம் அவர்களது மனதில் நீங்காத வடுவாக மாறியிருக்கின்றன.

சீக்கியர்களின் மீதான தாக்குதலுக்கு நீதி கேட்டு நடைபெறும் போராட்டம், நீண்ட போராட்டமாக 30 ஆண்டுகளுக்கு மேலாக தொடர்கிறது. தாக்குதலையும் அதனால் ஏற்பட்ட பாதிப்புகளையும்

வெளிக்கொண்டு வந்ததில் சிட்டிஸன் கமிஷனுக்கு முக்கியமான பங்கு உண்டு. சிட்டிஸன் கமிஷன், பாதிக்கப்பட்ட மக்களை நேரில் சந்தித்துப் பேசியது. ஹெச்.கே.எல் பகத், சஜ்ஜன் குமார், ஜெகதீஷ் டைட்லர், ல்லித் மகான் போன்ற காங்கிரஸ் பிரமுகர்களின் தலையீட்டை வெளிக்கொண்டுவர காரணமாக இருந்தது.

நீதிபதி சிகிரி, சிட்டிஸன் கமிஷனின் ஆணையராக இருந்தார். ஐசிஎஸ் அதிகாரியாக இருந்த கோவிந்த் நாராயணன், ராஜேஷ் தயால் போன்றவர்கள் உறுப்பினர்களாக இருந்தார்கள். பெரும்பாலான வன்முறைச்சம்பவங்கள், மக்கள் உணர்ச்சிவசப்பட்டதால் எழுந்தவை என்று குறிப்பிட்ட சிட்டிஸன் கமிஷன், தெரிந்தோ தெரியாமலோ நிறைய காங்கிரஸ் தலைவர்களும் கலவரத்தில் சம்பந்தப்பட்டிருந்ததாக கருத்து தெரிவித்தது. சிட்டிஸன் கமிஷனின் பணிகளைத் தொடரமுடியாத அளவுக்கு ஏராளமான நெருக்கடிகளும் தரப்பட்டன.

இது தவிர ஜனநாயகக் குடிமக்கள் அமைப்பு, மனித உரிமை களுக்கான அமைப்பு போன்ற பல்வேறு அமைப்புகளும் விரிவான அறிக்கைகளை வெளியிட்டிருந்தன. கலவர நேரத்தில் டெல்லியில் இருந்த பஞ்சாப் மற்றும் ஹரியானா மாநிலங்களின் தலைமை நீதிபதி ரஞ்சித் சிங் நாரூலா, நீதிப் போரட்டத்தில் முக்கிய பங்கு வகித்தார். குற்றவாளிகளைத் தண்டிப்பதில் அரசு ஆர்வம் காட்டவில்லை என்று டெல்லி உயர்நீதிமன்றத்தில் சிறப்பு வழக்கு ஒன்றையும் தொடர்ந்தார்.

நீதிப்போராட்டத்தை முன்னின்று நடத்திய இன்னொருவர் விரிந்தா கோரவர். கலவரம் தொடர்பாக 126 வழக்குகள் பதிவு செய்யப் பட்டாலும், தகுந்த ஆதாரங்கள் இல்லை என்று காரணத்தைக் காட்டி ஏராளமான வழக்குகள் தள்ளுபடி செய்யப்பட்டதைச் சுட்டிக் காட்டினார். வன்முறைசம்பவங்கள் நிகழ்ந்த அந்த மூன்று நாட்களும் டெல்லியில் பதிவான அனைத்து வழக்குகளையும் ஒன்றாகச் சேர்த்து ஒரே வழக்காக விசாரிக்கவேண்டும் என்றும் மேல்முறையீடு செய்தார்.

கலவரத்தோடு தொடர்புடைய அரசியல்வாதிகளும் பாதிக்கப்பட்ட குடும்பங்களை அணுகினார்கள். பல சலுகைகளைத் தருவதாக கூறினார்கள். அதற்கு ஒப்புக்கொள்ளாத சீக்கியர்களை மிரட்டி, புகாரில் தங்களது பெயர் வராமல் பார்த்துக்கொண்டார்கள். திரிலேக்புரியைச் சேர்ந்த சாஜன் சிங்கைத் தன்னுடைய வீட்டுக்கு வந்து பார்க்கும்படி அழைத்திருக்கிறார் ஹெச்.கே.எல்.பகத். பிளாக்

32ல் பாதிக்கப்பட்ட குடும்பத்தினர்களுக்கு வீடு வசதி செய்து தருவதாகவும் ஆசைகாட்டியிருக்கிறார்.

பகத் போல் நிறைய சாட்சிகளை நேரில் சந்தித்து சமாளித்து, வழக்கிலிருந்து தப்பிய காங்கிரஸ் பிரமுகர்கள் நிறைய பேர் உண்டு. டாக்டர் அசோக், ராம்ப்பால் சரோஜ் போன்றவர்கள் தகுந்த ஆதாரங்களும் சாட்சிகளும் இல்லாத காரணத்தால் நிறைய வழக்குகளில் இருந்து படிப்படியாக விடுவிக்கப்பட்டார்கள். இதேபோல் மங்கோல்புரி கலவரத்துக்குக் காரணமாக இருந்த காங்கிரஸ் பிரமுகர் சஜ்ஜன் குமாரும் வழக்குகளிலிருந்து விடுவிக்கப்பட்டார். படுத்த படுக்கையாகிவிட்ட பகத், டிமென்ஷியா என்னும் மூளை பக்கவாதத்தால் பாதிக்கப்பட்டதால் அவரது உடல்நிலையையும் மனநிலையையும் கருத்தில் கொண்டு நானாவதி கமிஷன் கூட அவர் மீது நடவடிக்கைகள் எடுக்குமாறு பரிந்துரைக்கவில்லை.

நானாவதி கமிஷன் அறிக்கையும் முழுமையானது அல்ல என்பதை நிரூபிக்கும் வகையில் சீக்கியர்களுக்கு எதிரான தாக்குதல் குறித்து புதுப்புது செய்திகள் வந்துகொண்டே இருக்கின்றன. 1984 இந்திரா காந்தி படுகொலைக்குப் பின்னர் 65 சீக்கியர்கள் ஹரியானா மாநிலத்தில் உயிரோடு புதைக்கப்பட்ட விஷயம் 2011ல் வெளிச்சத்துக்கு வந்தது. ஹரியானா மாநிலம் ஹோந்த் சில்லார் கிராமத்தில் 65 சீக்கியர்களின் எலும்புக்கூடுகள் ஒரே இடத்திலிருந்து கண்டுபிடிக்கப்பட்டன. இதே போல் ஹரியானாவின் பட்டோடி, குர்காவ் மற்றும் மேற்கு வங்கத்தைச் சேர்ந்த ஒரு சில குருத்வாராக் களில் நடந்த படுகொலைகள் வெளிச்சத்துக்கு வந்தன.

குடியரசுத் தலைவராக சீக்கிய இனத்தைச் சேர்ந்த ஜெயில் சிங் பதவியில் இருந்தும் சீக்கியர்களைக் காப்பாற்ற முடியவில்லை. 1984, அக்டோபர் 31 அன்றிரவு முழுவதும் தொலைபேசியில் உள்துறை அமைச்சர் நரசிம்மராவையும், பிரதமர் ராஜிவ் காந்தியையும் தொடர்பு கொண்டபடி இருந்தார். எப்படியாவது சீக்கியர்களுக்கு எதிரான தாக்குதல்களைத் தடுத்து நிறுத்தவேண்டும் என்று நினைத்தார். ஆனால், யாரையும் அவரால் தொடர்புகொள்ள முடியவில்லை என்கிறார் மறைந்த குடியரசுத்தலைவர் ஜெயில்சிங்கின் மகளான டாக்டர் குர்தீப்.

அந்த மூன்று நாள்களில் உத்திரப்பிரதேசத்தின் கான்பூரில் 127 சீக்கியர்களும், பிகாரின் பொக்காரோவில் 72 பேரும் கொல்லப் பட்டார்கள். டெல்லி தவிர 18 மாநிலங்களைச் சேர்ந்த 100

நகரங்களில் உள்ள ஏராளமான சீக்கிய குடும்பங்களின் மீதும் தாக்குதல் தொடுக்கப்பட்ட விஷயம் தாமதமாகத்தான் தெரிய வந்தது. இந்தியா முழுவதும் ஏறக்குறைய 35,000 சீக்கியர்கள் பாதிக்கப்பட்டிருக்கலாம் என்றொரு ஆய்வறிக்கை தெரிவிக்கிறது. 3 நாட்களில் ஒரே இனத்தைச் சேர்ந்த 35,000பேர் மீது நடத்தப்பட்ட கொடூரத் தாக்குதல், திட்டமிட்ட இனப்படுகொலை என்பதில் சந்தேகமில்லை.

14

பூமி அதிரத்தான் செய்யும்

நவம்பர் 19, டெல்லியின் போட் கிளப். தேர்தல் பிரசாரக் கூட்டத்துக்கு வந்திருந்தார் ராஜிவ் காந்தி. 'இந்திரா காந்தி கொலை செய்யப்பட்டபோது நாடு முழுவதும் சிறிய அளவில் கலவரங்கள் வெடித்தன. இந்தியா அதிர்ந்த காரணத்தால், மக்கள் சில நாள் களுக்குப் பெருங்கோபத்தில் இருந்தார்கள் என்பது நமக்குத் தெரியும். ஆனால், ஒரு பெரிய மரம் சாயும்போது, சுற்றியுள்ள பூமி அதிரத்தான் செய்யும்' என்றார்.

ராஜிவ் காந்தியின் வார்த்தைகள்தான் அதிரச் செய்தன. நடந்த சம்பவங்களுக்கு புதிய பிரதமர் மன்னிப்புக் கேட்பார் என்று எதிர்பார்த்த நேரத்தில், அதை நியாயப்படுத்துவது போல் அமைந்த பேச்சு, சீக்கியர்கள் மட்டுமல்ல இனப்படுகொலையைக் கண்டித்த அனைவரையும் உலுக்கியது. 3,000 பேர் கொல்லப்பட்ட ஓர் இனப் பேரழிவைச் சிறிய அளவிலான கலவரம் என்று ராஜிவ் குறிப்பிட்டிருந்ததுஅவர்களைக் காயப்படுத்தியது. இந்திரா காந்தியின் திடீர் மறைவால் ஏற்பட்ட சோகத்தில் காங்கிரஸ் தொண்டர்கள் இருந்தார்கள் என்பதில் பொய்யில்லை. ஆனால், பெருங்கோபத்தில் இருந்தார்கள் என்று குறிப்பிடுவதை எப்படி புரிந்துகொள்ளமுடியும்?

ராஜிவ் காந்தி உதிர்த்த அந்த ஒரு வார்த்தை, சீக்கியர்கள் மனதில் கீறலாக இன்னமும் இருக்கிறது. பின்னாளில் காங்கிரஸ் கட்சியின் தலைமையில் ஐக்கிய முற்போக்கு கூட்டணியின் சார்பாக மன்மோகன் சிங் பிரதமராக இருந்தபோது, நடந்த சம்பவங்களுக்கு

மன்னிப்பு கோரப்பட்டது. பின்னர் காங்கிரஸ் கட்சியின் பொதுச் செயலாளர் ராகுல் காந்தி, டெல்லியில் நடந்த வன்முறைச் சம்பவங்களுக்கு வருத்தப்படுவதாகத் தெரிவித்தார்.

1984 கலவரத்துக்குப் பிந்தைய நாட்களில் காங்கிரஸ் கட்சித் தலைமை, மௌனம் காத்தது. காங்கிரஸ் கட்சித் தலைமையின் உத்தரவால்தான் கலவரங்கள் நிகழ்த்தப்பட்டன என்று வந்த பத்திரிக்கைச் செய்திகளை உண்மையாக்குவது போல் கட்சித் தலைமையும் நடந்து கொண்டது. கலவரத்தில் சம்பந்தப்பட்டதாகச் சொல்லப்பட்ட எந்தவொரு காங்கிரஸ் பிரமுகர் மீதும் நடவடிக் கைகள் எடுக்கப்படவில்லை. கட்சிப் பொறுப்புகளிலிருந்து நீக்குவது, கட்சியிலிருந்து நீக்குவது போன்ற கடுமையான நடவடிக்கைகள் எதுவும் இல்லை. ஒரு சிலருக்கு நாடாளுமன்றத் தேர்தலில் போட்டியிடும் வாய்ப்பு மறுக்கப்பட்டது.

தரம் தாஸ் சாஸ்திரி, கரோல்பாக் உள்ளிட்ட பல இடங்களில் நடந்த கலவரங்களில் சம்பந்தப்பட்டிருந்தார். அவருக்கு காங்கிரஸ் சார்பாகப் போட்டியிட டிக்கெட் மறுக்கப்பட்டது. உண்மையில் கட்சியிலிருந்து அவர் நீக்கப்பட்டிருக்கவேண்டும். ஆனால், காங்கிரஸ் தலைமையின் ஆதரவு அவருக்குக் கடைசிவரை இருந்தது. டிசம்பரில் நடைபெறவிருந்த நாடாளுமன்றத் தேர்தலுக்கான ஏற்பாடுகளில் காங்கிரஸ் தலைமை மும்முரமாக இருந்தது. சீக்கியர்களுக்கு எதிரான தாக்குதல் பற்றி யாரும் கவலைப் படவில்லை.

1984 இறுதியில் நாடாளுமன்றத் தேர்தல் நடைபெற்றது. காங்கிரஸ் கட்சியின் தேர்தல் பிரசார போஸ்டர்களில் சீக்கியர்களுக்கு எதிரான வாசகங்கள் இடம்பெற்றன. இந்தியாவின் பாதுகாப்பு கேள்விக் குறியாகியிருப்பதாக பிரசார மேடைகளில் ராஜிவ் உள்ளிட்ட தலைவர்கள் முழங்கினார்கள். இரண்டு சீக்கியர்கள் இந்திரா காந்தியைச் சுட்டுக்கொல்வது போல் ஏராளமான போஸ்டர்கள் நாடெங்கும் ஒட்டப்பட்டன. காங்கிரஸ் தொண்டர்கள், இந்திரா காந்திக்கு அஞ்சலி செலுத்துவது போன்ற போஸ்டர்களும் ஒட்டப் பட்டன. அஞ்சலி செலுத்துபவர்களில் ஒரு சீக்கியர் படம் கூட இடம்பெறவில்லை.

இல்லஸ்ட்ரேட்ட் வீக்லி, நாடு முழுவதும் கருத்துக்கணிப்பு மேற்கொண்டது. மாநகரங்கள், இந்துக்கள் அதிகம் வாழும் பகுதிகள், எதிர்க்கட்சிகளுக்குச் சாதகமான பகுதிகள் என வெவ்வேறு பகுதிகளில் கருத்துக்கணிப்புகள் மேற்கொள்ளப்பட்டன. அனைத்து

இடங்களிலும் காங்கிரஸ் கட்சிக்கு சாதகமான முடிவுகளே வந்தன. 70 முதல் 80 சதவிகித மக்கள், நாட்டின் ஒற்றுமை மற்றும் பாதுகாப்பைக் காப்பாற்ற காங்கிரஸ் கட்சிக்கே வாக்களிக்கப் போவதாக தெரிவித்தார்கள். ஆறு வாரங்கள் மட்டுமே தேர்தல் பிரசாரம் நடைபெற்றது. முடிவில், 508 நாடாளுமன்றத் தொகுதிகளில் 401 இடங்களில் காங்கிரஸ் அமோக வெற்றி பெற்று, திரும்பவும் ஆட்சிக்கு வந்தது. சீக்கியர்கள் அதிகமாக வசிக்கும் கிழக்கு டெல்லியில் ஏராளமான வாக்கு வித்தியாசத்தில் ஹெச்.கே.எல் பகத் வெற்றி பெற்று, காபினட் அமைச்சரானார்.

அமேதி தொகுதியில் தேர்தல் பிரசார வேலைகளில் இருந்த ராஜிவ் காந்தியிடம் இந்த கேள்வி முன்வைக்கப்பட்டது. ஒரே ஒரு வழக்கில் மட்டும் ஆதாரம் கிடைத்தது. அதை முன் வைத்து நடவடிக்கை எடுத்திருக்கிறோம். மற்றபடி பெரும்பாலான தாக்குதல் சம்பவங் களில் கட்சிப் பிரமுகர்கள் யாரும் சம்பந்தப்பட்டிருப்பதாக நம்பத் தகுந்த ஆதாரங்கள் கிடைக்கவில்லை என்று மறுத்துவிட்டார். ராஜிவ் நேரடியாகக் குறிப்பிடாவிட்டாலும், அந்த ஒரே ஒரு வழக்கில் சம்பந்தப்பட்டவர் தரம் தாஸ் சாஸ்திரிதான் என்பது வெளிப் படையாகத் தெரிந்தது. கலவரத்தில் சம்பந்தப்பட்டிருந்த அனைத்து காங்கிரஸ் எம்பிக்கள், உள்ளூர் காங்கிரஸ் தலைவர்கள், கட்சியின் முக்கிய பிரமுகர்கள் மீதும் ராஜிவ் காந்தி நடவடிக்கை எடுத்திருந்தால் அவர் மீதான களங்கம் துடைக்கப்பட்டிருக்கும். ஆனால், கடைசி வரை அது நிகழவில்லை.

சீக்கியர்களுக்கு எதிரான தாக்குதலின்போது ராஜிவ் காந்தி என்ன செய்துகொண்டிருந்தார்? இது 30 ஆண்டுகளாக நம் முன்னர் உயிர்ப்போடு உள்ள கேள்வி. என் அன்னையைக் கொல்வற்கு காரணமாக இருந்த ஒட்டுமொத்த சீக்கியர்கள் சமூகத்தையும் கொன்றொழிக்க வேண்டும் என்றெல்லாம் ராஜிவ் காந்தி யாருக்கும் உத்தரவிட்டதாக எந்தவொரு ஆதரமும் இல்லை. ஆனால், கலவரங்களால் டெல்லி எரிந்து கொண்டிருந்தபோது ராஜிவ் காந்தி, கடமையிலிருந்து தவறி, கள்ள மௌனத்தில் இருந்தார் என்பதுதான் உண்மை.

டெல்லியைத் தொடர்ந்து கான்பூர் மற்றும் பொகாரோ ஆகிய இடங்களிலும் சீக்கியர்களுக்கு எதிரான தாக்குதல்கள் நடைபெற்றன. அதைத் தடுக்க உடனடி நடவடிக்கைகள் எதுவும் எடுக்கப்பட வில்லை. இந்திரா சுடப்பட்ட அன்று மாலையே அவசர அவசரமாக பிரதமராக பதவியேற்றுக்கொண்ட ராஜிவ், அடுத்து வந்த 5 நாட்களுக்கும் செயல்படாத பிரதமராகத்தான் அறியப்பட்டார்.

இந்திராவை இரண்டு பேர் சுட்டுக் கொன்றார்கள் என்கிற காரணத்தை முன் வைத்து டெல்லி முழுவதும் எட்டாயிரம் சீக்கியர்கள் பாதிக்கப்பட்டார்கள். நான்காயிரம் பேர் படுகொலை செய்யப்பட்டார்கள்.

சீக்கியர்களைக் கலவரத்திலிருந்து பாதுகாக்குமாறு எந்தவொரு உத்தரவும் பிரதமர் அலுவலகத்திலிருந்து செல்லவில்லை. புதிய பிரதமர், இக்கட்டான நேரத்தில் தனது கடமையை மறந்துவிட்டார். அந்த மூன்று நாட்களும் பிரதமராக செயல்படாமல் தாயை இழந்த மகனாக தீன் மூர்த்தி இல்லத்திலேயே முடங்கிவிட்டார் என்பது பாஜக உள்ளிட்டவர்களின் குற்றச்சாட்டு என்றாலும் எதிர்க்கட்சிகளும் தாமதமாகவே குரல் எழுப்பின.

கடுமையான கண்காணிப்பு, முன்னெச்சரிக்கை நடவடிக்கைகள் மேற்கொள்ளப்பட்டிருந்தாலும் டெல்லி கலவரங்களைத் தடுத்திருக்க முடியாது என்பதும் உண்மையே. அதுவரை மிகப்பெரிய அரசியல் பொதுக்கூட்டங்களையும், ஆர்ப்பாட்டங்களையும், ஏராளமான நெருக்கடிகளையும் காவல்துறை எளிதாக சமாளித்திருக்கிறது. ஆனால், சிறுசிறு குழுவாக டெல்லி மாநகரம் முழுவதும் இரவு, பகல் பாராது நடைபெற்ற கலவரத்தைத் தடுக்க முடியவில்லை.

டெல்லி கலவரம், பஞ்சாப் மாநிலத்தில் பாதிப்பை உண்டாக்க வில்லை என்பது அரசியல் பார்வையாளர்களை ஆச்சர்யப் படுத்தியது. அது குறித்த செய்திகள் வெளியான பின்னரே சீக்கிய சமூகங்களுக்கு இடையேயான பேதங்களும் பழக்கவழக்கங்களும் வெளிச்சத்திற்கு வந்தன. 1984 கலவரத்தின்போது இந்தியன் எக்ஸ்பிரஸ் நாளிதழின் க்ரைம் ரிப்போர்ட்டராக இருந்த சஞ்சய் சூரி சொல்வதுபோல், 'ஒருவேளை கொல்லப்பட்ட சீக்கியர்கள் அனைவரும் ஜாட் இனத்தவர்களாக இருந்திருந்தால், இன்னொரு புதிய இந்தியாவை நாம் கண்டிருக்க நேர்ந்திருக்கும்.'

1980ல் ஆட்சி கலைக்கப்பட்டது முதல், அனந்தபூர் தீர்மானத்தை முன்வைத்து அகாலி தளம் தொடர் போராட்டங்களை நடத்தி வந்தது. அதை முன்னெடுத்தவர்கள் ஜாட் சீக்கியர்கள்தான். 1982ல் ஆசிய விளையாட்டுப் போட்டிகள் டெல்லியில் நடைபெற இருந்தபோது, அகாலி தளம் அறிவித்த போராட்டங்களால் இந்திரா காந்தி அரசு கடும் நெருக்கடியை சந்தித்தது. போராட்டம் முற்றி, இனி நிலவரி, குடிநீர் வரி கட்டமாட்டோம்; பஞ்சாபில் விளைந்தவை வெளி மாநிலங்களுக்கு அனுப்பப்படமாட்டாது என்றெல்லாம் அகாலி தளம் கடுமையான நிலைப்பாட்டை எடுத்தது. இதையும் முன்னின்று நடத்தியவர்கள் ஜாட் சீக்கியர்களே.

புளூ ஸ்டார் நடவடிக்கைக்குப் பின்னர், இந்திரா காந்தி அரசுக்கெதிராக அகாலி தளம் கடுமையான போராட்டங்களை மேற்கொண்டது. அகாலி தளத்தின் மூத்த தலைவர்களான ஹர்சரன் சிங் லோங்கோவால் போன்றவர்கள் காங்கிரஸ் கட்சியைப் பரம விரோதியாகச் சித்தரித்து, நாடு முழுவதும் பல்வேறு போராட்டங் களை நடத்தினார். கட்சி சார்ப்பற்ற சீக்கியர்களின் ஆதரவைப் பெற்று, மிகப்பெரிய பாத யாத்திரையையும் மேற்கொண்டார். அதேபோன்று டெல்லி கலவரத்துக்குப் பின்னரும் சீக்கியர்கள் அகாலி தளத்தின் பின்னால் திரண்டார்கள்.

டெல்லி கலவரத்தைக் கண்டித்து, அகாலி தளம் கட்சி சார்பாக நாடு முழுவதும் பெரிய அளவில் எதிர்ப்புகளும் போராட்டங்களும் நடைபெற்றன. சீக்கிய கலவரத்தின் நாயகனாக ராஜிவ் காந்தியை விமர்சித்தார்கள். பாதிக்கப்பட்ட சீக்கியர்களுக்காக நீதி கேட்டு போராடப்போவதாக அகாலி தளம் சபதம் ஏற்றது. அகாலி தளத்தின் காங்கிரஸ் எதிர்ப்பு செயல்பாடுகள் முன்பைவிடத் தீவிரமாக இருக்கும் என்று எதிர்பார்த்தார்கள். ஆனால், அப்படியெல்லாம் நடக்கவில்லை.

லோங்கோவால், கலவரத்தின் வலியை உணர்ந்திருந்தார். சீக்கியர் களுக்கு ஆதரவாக இருந்தவர்களை ஒவ்வொரு கூட்டத்திலும் பாராட்டினர். இன ரீதியாக பிளவுபட்டுக் கிடந்திருந்த மனங்களை இணைக்க வேண்டியதன் அவசியத்தை உணர்ந்திருந்தார். இந்திய ஜனநாயக அமைப்பின் மீது நம்பிக்கை விதைக்கபபட்டது. இதுவொரு முக்கியமான திருப்பம்.

சீக்கியர்கள் மத்தியில் இருந்த ஆற்றமுடியாத துயரையும், அடக்கி வைக்கப்பட்டிருந்த கோபத்தையும் அகாலி தளம் கட்சி அமைதிப் படுத்தியது. டெல்லியுடன் தொடர்ந்து பேசினார்கள். அகாலி தளத்தின் இணக்கமான அணுகுமுறை, லோங்கோவாலின் சிறப்பான தலைமையால் கசப்பான சம்பவங்களை மறந்துவிட்டு, நம்பிக்கை யுடன் நடைபோட சீக்கியர்களும் தயாராக இருந்தார்கள். பஞ்சாபிலும், டெல்லியிலும் அரசு மேற்கொண்ட நிவாரண நடவடிக்கைகளுக்கு துணை நின்றார்கள். பல மட்ட பேச்சு வார்த்தைகளுக்குப் பின்னர் அகாலி தள தலைவர் லோங்கோவால் மற்றும் பிரதமர் ராஜிவ் காந்தி இடையே ஒரு புரிந்துணர்வு ஒப்பந்தம் நிறைவேற்றப்பட்டது.

1. கலவரத்தின்போது இறந்துபோன சீக்கியர்களைக் கொண்ட அனைத்துக் குடும்பங்களுக்கும் இழப்பீடு

2. டெல்லி மட்டுமல்லாமல், நாடு முழுவதிலும் உள்ள சீக்கியர்களுக்கு எதிராக நடத்தப்பட்ட தாக்குதல்களுக்கு நீதி விசாரணை
3. ராணுவத்துக்கான ஆள் சேர்க்கையில் சீக்கியர்களுக்குச் சலுகைகள்
4. ராணுவம் மற்றும் அரசுப்பணியிலிருந்து விடுவிக்கப்பட்ட சீக்கியர்களை மீண்டும் பணியில் சேர்த்தல்
5. அனைத்திந்திய குருத்வாரா சட்டம்
6. பஞ்சாபில் ஆயுத சிறப்பு அதிகாரப்படை சட்டத்தைத் திரும்பப் பெறுவது
7. பஞ்சாபி மொழி பேசும் பகுதிகள் அனைத்தையும் பஞ்சாப் மாநிலத்தோடு இணைத்தல்

அகாலி தளம், இதுவொரு முக்கியமான திருப்புமுனை என்றது. ஆனால், பல சீக்கிய அமைப்புகள் கைவிடப்பட்டதாக விமரிசித்தார்கள். டெல்லியுடனான ஒப்பந்தம், சீக்கியர்களின் உணர்வுகளைப் பிரதிபலிக்கவில்லை என்றார்கள். ஒப்பந்தம் கையெழுத்தான ஒரு மாதத்துக்குள் லோங்கோவால் பஞ்சாப் மாநிலத்தில் சுட்டுக் கொல்லப்பட்டார்.

லோங்கோவாலின் மறைவுக்குப் பின்னர் அகாலி தள தலைவர்களின் ஒற்றுமை குலைந்தது. ராஜிவ் அரசு, ஒப்பந்தத்தில் குறிப்பட்ட அனைத்தையும் நிறைவேற்றுவதாக வாக்குறுதி தந்தது. ஆனால், காத்திருந்ததுதான் மிச்சம். இன்றுவரை எதுவும் நிறைவேற்றப்படவில்லை. காலதாமதத்தின் காரணமாக பஞ்சாபில் மீண்டும் பல சீக்கிய தீவிரவாத அமைப்புகள் எழுச்சி பெற்றன. அகாலி தளம் பல பிரிவுகளாக பிரிந்தது. டெல்லி உடனான ஒப்பந்தம் நீண்டகால நோக்கில் சரிவராது. காலிஸ்தான் ஒன்றே வழி என்பதில் பல சீக்கிய அமைப்புகள் உறுதியாக இருந்தன.

இதற்கிடையே 1985 மே மாதம் டெல்லி முழுவதும் டிரான்சிஸ்டர் குண்டுகள் வெடித்தன. ஏறக்குறைய 70 பேர் கொல்லப்பட்டனர். 1984 சீக்கியர்களுக்கு எதிரான கலவரத்துக்குப் பழி வாங்கும் நடவடிக்கையாக இருக்கலாம் என்று சந்தேகிக்கப்பட்டது. குண்டு வைத்தவர்களை காவல்துறை கைது செய்தது. மீண்டும் சீக்கிய தீவிரவாதிகளை வேட்டையாடுவதை ஆரம்பித்தது டெல்லி.

சோதனைகளும், கைதுகளும் தொடர்ந்தன. டெல்லியின் பங்களா சாஹிப் குருத்வாரா அருகே பணியிலிருந்த காவல்துறையினருக்கும் சீக்கியர்களுக்கும் மோதல் ஏற்பட்டது. பல ஆண்டுகளுக்கு முன்னர் இங்குதான் அகாலி தள தலைவர் பிரகாஷ் சிங் பாதல் இந்திய

அரசியல் சாசனத்தை தீயிட்டு கொளுத்தி போராட்டம் நடத்தியிருந்தார். அது முதல் பங்களா சாஹிப் குருத்வாராவில் தீவிர மதப்பற்றுள்ள சீக்கியர்களின் நடமாட்டம் தொடர்ந்து அதிகரித்து வந்தது. சீக்கியர்களுக்கு தற்காப்பு பயிற்சிகளும் அங்கே தொடர்ந்து அளிக்கப்பட்டு வந்தன.

காவல்துறையினருக்கும் சீக்கிய இளைஞர்களுக்கும் அவ்வப்போது உரசல் எழுந்த வண்ணம் இருந்தன. 1985 ஆண்டு முழுவதும் இது நீடித்தது. சீக்கியர்களுக்கு எதிரான கலவரத்தின்போது பங்காள சாஹிப் குருத்வாராவைக் காப்பாற்றியதிலும் நேர்மையாகச் செயல்பட்ட விதத்திலும் மேக்ஸி என்னும் மேஸ்வெல் பெரைரா மீது சீக்கியர்கள் மத்தியில் நல்ல பெயர் இருந்தது. 1984க்குப் பின்னர் பெரிய அளவில் மோதல்கள் நிகழாமல் தடுக்க மேக்ஸியும் மார்வாவும் குருத்வாராக்களுடன் தொடர்ந்து பேசி, மோதல்கள் நிகழாவண்ணம் தடுத்தனர்.

ராஜிவ் காந்தி ஆட்சியில் இருந்தவரை, சீக்கியர்கள் கலவரங்கள் குறித்த விசாரணைகளிலோ, நிவாரணங்களிலோ எந்தவொரு முன்னேற்றமும் இல்லை. பாஜக அரசு, நானாவதி கமிஷனை அமைத்து, மறுவிசாரணைக்கு உத்தரவிட்டது. நானவதி கமிஷன் அறிக்கையை சீக்கியராக இருந்த காங்கிரஸ் பிரதமரே வெளியிட்டார். ராஜிவ் காந்தியின் அரசியல் வாரிசான ராகுல் காந்தி நடந்த சம்பவங்களுக்காக மன்னிப்பு கேட்டார். ஆனாலும், நீதிப் போரட்டம் இன்றுவரை பல பின்னடைவுகளைச் சந்தித்துக் கொண்டுதான் இருக்கிறது.

டெல்லி கன்டோன்மெண்ட் பகுதியில் ஒரே குடும்பத்தைச் சேர்ந்த ஐந்து சீக்கியர்களைக் கொன்றதாக காங்கிரஸ் பிரமுகர் சாஜன்குமார் மீது 11 ஆண்டுகளுக்குப் பின்னர் வழக்கு பதிவு செய்யப்பட்டது. நானாவதி கமிஷனும் சாஜன் குமார் மீதான குற்றங்களுக்கு ஆதாரம் இருப்பதாகத் தெரிவித்தது. சதித்திட்டத்தை நேரில் பார்த்தாக ஏராளமான சாட்சியங்கள் இருந்தன. தன்னுடைய ஆதரவாளர்கள் மத்தியில் பேசும்போது கொல்லப்பட்ட சீக்கியர்களின் ஒவ்வொரு தலைப்பாகைக்கும் ஆயிரம் ரூபாய் தருவதாக சஜ்ஜன் குமார் வாக்களித்ததாகச் சொல்லப்பட்டது.

2005ல் சாஜன்குமார் மற்றும் அவரது ஆதரவாளர்கள் ஐந்து பேர் மீது வழக்கு பதிவு செய்யப்பட்டது. ஐந்தாண்டுகள் விசாரணை நடத்தியபின்னர், 2010ல் சிபிஐ இரண்டு குற்றப்பத்திரிக்கைகளைத் தாக்கல் செய்தது. அதில் கொலையில் சாஜன் குமாரின் தூண்டுதல்

இருந்ததாக தெரிவிக்கப்பட்டது. ஏராளமான இழுபறிகள், முறையீடு களுக்குப் பின்னர் சாஜன் குமாரை விடுவித்த நீதிமன்றம், மற்ற ஐந்து பேரையும் குற்றவாளிகள் என்று தீர்ப்பளித்தது.

கைது செய்யப்பட்ட ஐந்து பேர்களில் மூன்றுபேர் மீது கொலை வழக்கும், இரண்டு பேர் மீது தாக்குதல் வழக்கு தொடர்பான குற்றங்களும் உறுதி செய்யப்பட்டன. தீர்ப்பு வெளியானதும் சாஜன்குமார், மகிழ்ச்சியோடு நீதிமன்ற வளாகத்தை விட்டு வெளியே வந்தார். ஐந்து குற்றவாளிகளும் தீர்ப்பை எதிர்த்து கோஷமிட்டார்கள். அவர்கள் அமர்ந்திருந்த பகுதியில் இருந்து நீதிபதியை நோக்கி செருப்பு வீசப்பட்டது. வெளியே நீதிமன்ற வளாகத்தில் கூடியிருந்த சீக்கியர்களோ, அரசுக்கெதிராகவும் நீதிமன்றத்துக்கு எதிராகவும் கோஷமிட்டுக்கொண்டிருந்தார்கள். 2005 தொடங்கி, டெல்லி நீதிமன்ற வளாகங்களில் இவையெல்லாம் வழக்கமான நிகழ்வு களாகவே ஆகிவிட்டன.

15

இதுதான் இந்தியா

சூர்ஜித் கவுரின் கணவர், நவம்பர் 1 அன்று காலையிலேயே கிளம்பிவிட்டார். நந்த நகரியில் உள்ள குருத்வாராவில் முந்தின இரவு நடந்த கலவரத்தில் ஏராளமான உயிரிழப்பு, பொருள் சேதம் என்று தகவல் கிடைத்திருந்தது. அதைக் கண்டு வரவும், உதவிகள் செய்வதற்காகவும் கிளம்பிச் சென்றார். போனவர், திரும்பி வரவேயில்லை.

அன்றிரவு சூர்ஜித் கவுரின் வீட்டுக் கதவு தட்டப்பட்டது. நள்ளிரவில் ஆயுதமேந்திய ஒரு கும்பல், விளக்கு எரிந்து கொண்டிருந்த அந்த வீட்டின் வாசலில் நின்று கொண்டிருந்தது. கதவுகள் திறக்கப்பட வில்லையென்றதும் வெறிகொண்ட கும்பல், கதவை உடைத்தார் கள். திபுதிபுவென்று வீட்டுக்குள் நுழைந்தவர்கள், கதவிடுக்கு, அலமாரி, பரண் ஆகியவற்றை அலசினார்கள்.

'எங்கே ஒளிந்திருக்கிறான் உன்னுடைய சர்தார்ஜி? மரியாதையாக எங்களிடம் அனுப்பி வைத்துவிடு' என்றான், கூட்டத்தில் இருந்த ஒருவன்.

'அதான் காலையிலேயே கொன்றுவிட்டீர்களே' என்றார் சூர்ஜித் கவுர், அழுது சிவந்த கண்களுடன்.

தலை குனிந்தபடியே வீட்டை விட்டு வெளியேறிய கும்பல், சிறிது நேரத்தில் திரும்பி வந்தது. 'உங்களைக் காப்பாற்றத்தான் வந்திருக் கிறோம். நீங்கள் யாரும் இங்கே இருக்க வேண்டாம். உயிரை காப்பாற்றிக்கொள்ளுங்கள். எப்படியாவது கிளம்பி பஞ்சாப் போய்விடுங்கள்' என்றார்கள்.

சூர்ஜித் கவுர் பயப்படவில்லை. 'நாங்கள் ஏன் பஞ்சாப் போக வேண்டும்? இங்குதான் இருப்போம்' என்றார் உறுதியாக.

சூர்ஜித் கவுர், பஞ்சாப் போகவேயில்லை. டெல்லியை விட்டு ஒருநாள்கூட எங்கேயும் போய்விடவில்லை. டெல்லியிலேயே இருந்து கணவரது இழப்புக்கு நீதி கேட்டு போராட வேண்டியிருந்தது. எத்தனை விசாரணை கமிஷன்கள் வந்தாலும் சளைத்து விடாமல் நேரில்ஆஜராகி, சம்பவத்தன்று தான் பார்த்த வற்றைச் சொன்னார். ஒரு சர்தார்ஜிகூட உயிரோடு இருக்கக்கூடாது என்று உத்தரவிட்ட காங்கிரஸ் தலைவர்களை அடையாளம் காட்டினார். அநீதி இழைத்தவர்களுக்கு எதிராக உறுதியாக நின்று, சாட்சியமளித்தார். 70 வயதாகும் சூர்ஜித் கவுர் போன்று கடைசிவரை உறுதியாக இருந்தவர்கள் மிகக் குறைவு.

டெல்லி மாநகரம் முழுவதும் சர்தார்ஜிகளின் தலைகள் உருண்டோட வேண்டும் என்று யாராவது திட்டமிட்டிருப்பார்களா? அது சாத்தியம்தானா? அப்படியொரு திட்டம் இருந்தது உண்மை யென்றால் அதிகாரத்தைக் கையில் வைத்திருந்தவர்களால் மட்டுமே அது சாத்தியமாகியிருக்கும்.

டெல்லி காவல்துறை முதல் துணை ராணுவப்படை வரை சகலரையும் கட்டுப்படுத்தும் அதிகாரம் கொண்டவர்களால் மட்டுமே அதைச் செய்ய முடியும். எதைச் சொன்னாலும் செய்துமுடிக்கத் தயாராக இருக்கும் கட்சியினரையும், அரசு அதிகாரிகளையும், காவல்துறை அதிகாரிகளையும் கொண்டிருக்கும் ஒரு சர்வ வல்லமை படைத்த அரசியல் தலைமையால் மட்டுமே அது சாத்தியம்.

ஒரு பெரும் துன்பியல் சம்பவம் நிகழ்ந்திருக்கும் வேளையில் இதைச் செய்யமுடியுமா? 30 ஆண்டுகளுக்கும் மேலாக தொடர்ந்த விசாரணைகளும் அறிக்கைகளும் இது சாத்தியம் என்றே முடிவுரை எழுதியிருக்கின்றன. கலவரத்தோடு சம்பந்தப்பட்டவர்களாக காங்கிரஸ் பிரமுகர்கள், எம்பிக்கள், கவுன்சிலர்கள் என பலரின் பெயர்கள் அடிபட்டபோது இதுவொரு திட்டமிட்டப்பட்ட வன்முறை என்கிற முடிவுக்கு வரவேண்டியிருக்கிறது.

ரவியல் கவுருக்கு வயது 72 ஆகிறது. கணவர், சிறு வியாபாரியாக இருந்தவர். நல்ல வசதியான குடும்பம். கலவரத்தின்போது கணவரையும் தன்னுடைய இரண்டு மகன்களையும் இழந்துவிட்டார். கலவர கும்பலிடமிருந்து தப்பிக்க பதினோரு வயதான இன்னொரு மகனுக்கு சல்வார் கமீஸ் அணிவித்து, பெண்ணாக மாற்றியதால் ஒரே ஒரு வாரிசை மட்டும் காப்பாற்றமுடிந்தது. ஒரே இரவில்

குடும்பத்தையும், உடைமைகளையும் இழந்து தெருவுக்கு வந்து விட்டார். வேலைக்காரி பணிதான் கிடைத்தது.

வசதியாக வாழ்ந்தவர் என்பதால் கூலி வேலை செய்ய மனதளவில் அவர் தயாராகவில்லை. திலக் விஹாரில் தங்க இடம் கிடைத்து. சொற்ப முதலீட்டில் டீக்கடை ஆரம்பித்தவர், பின்னர் குடும்பத் தொழிலான டிம்பர் டெப்போ ஆரம்பித்தார். மர வேலைப் பாடுகளில் காட்டிய ஈடுபாடு, அவரைப் படிப்படியாக உயர்த்தியது. இழந்த வீடும், வசதிகளும் திரும்பக் கிடைத்தன. மகனுக்கும் திருமணம் செய்து வைத்து, தற்போது பேரக்குழந்தைகளோடு தெற்கு டெல்லியில் வசிக்கிறார். திலக் விஹாரில் தங்க நேர்ந்த கடந்த காலத்தை அவர் மறந்துவிட நினைக்கிறார். முப்பது ஆண்டுகளுக்கு முந்தைய சோகத்தின் வடு அவர் முகத்தில் இருந்து இன்னும் நீங்கவில்லை.

கவுர் போலவே, ஏராளமான சீக்கியப் பெண்களும் திலக் விஹாரோடு தங்களை அடையாளப்படுத்திக் கொள்ள தயங்குகிறார்கள். கசப்பான கடந்த காலத்தை மறந்துவிடத் துடிக்கிறார்கள். அனுதாபத்துடன் கூடிய பார்வை அவர்களை மெல்லக் கொல்கிறது. 30 ஆண்டுகளுக்கு முந்தைய நினைவுகள் அவர்களைத் துரத்தியடிக்கின்றன. திலக் விஹார், அவர்களுக்கொரு திகார் சிறையாகத் தோன்றுகிறது. அதிலிருந்து எப்படியாவது வெளியேறிவிட நினைக்கிறார்கள். அதில் வெற்றி பெற்றவர்கள் சிலர். தோற்றவர்கள் பலர்.

மூன்று நாட்கள் நடந்த டெல்லி கலவரங்களில் 3000 பேர் பலியானார்கள். 10000 பேர் பாதிக்கப்பட்டார்கள். முன்னதாக, மூன்று மாதங்களுக்கு முன்னர் நடந்த புளூ ஸ்டார் நடவடிக்கைக்கு முன்னரோ அல்லது அதற்குப் பின்னரோ ஒரே ஒரு இந்து கூட பஞ்சாபில் தாக்கப்படவில்லை. ஒரே ஒரு அரசியல் தலைவர் கொல்லப்பட்டதால் 3,000 பேர் டெல்லியில் கொல்லப்பட்டார்கள். அனைத்து இனங்களையும் உள்ளடக்கிய தேசமான இந்தியாவின் தலைநகரில் இனப்படுகொலையை தடுக்க முடியவில்லை. இதுதான் இந்தியா!

ஆதாரங்கள்

புத்தகங்கள்

- *When a Tree Shook Delhi* by By Manoj Mitta, H.S. Phoolka
- *1984 : The Anti-Sikh Violence and After* by Sanjay Suri
- *Twenty Years of Impunity* by Jaskaran Kaur

ஆவணங்கள்

- Nanavati Commission Report
- Ranganath Misra Report
- Who are the Guilty? Report by People's Union For Democratic Rights (PUDR) & People's Union For Civil Liberties (PUCL)

இணையம்

- Justice Nanavati Commission of Inquiry Report, Volume I and II (http://mha.nic.in)
- Ranganath Misra Commission (justiceprojectsouthasia.files.wordpress.com)
- When Delhi Burnt, Feb 15, 2005, Rediff.com
- Letter to Chief Secretary (mha.nic.in/sites/upload_files/mha/files/pdf/victims.pdf)
- Riots Coverage (witness84.com/doc/coverageriots.pdf)
- Manmohan Singh's apology for anti-Sikh riots a 'Gandhian moment of moral clarity,' says 2005 cable, The Hindu
- 1984 riots: 'Why nobody noticed Amitabh Bachchan spewing venom in India', Times of India
- 'Rajiv Gandhi didn't take calls from President after 1984 riots broke out', Times of India
- 1984 riots: The original 'maut ke saudagars' set the tone for future, First Post.com
- Narasimha Rao's Role in Anti-Sikh Riots: Evidence His Supporters Missed, Outlook
- 'She Was Clinically Alive', Outlook

www.ingramcontent.com/pod-product-compliance
Lightning Source LLC
LaVergne TN
LVHW100549051026
849519LV00003B/888